SHIN PRESENTS



# 7వ అడుగు నీతోనే

"కలవలేరు అనుకున్న మనుషులు, కలవవు అనుకున్న మనసులు కలిస్తే... ఎలా ఉంటుందో చూద్దాం!"

కుష్వంత్ ముతికే

ОІЗ zona...242176

ప్రతి ఒక్కరి మనసులో ఏదో ఒకటి సాధించాలనే బలమైన కోరికలు ఎప్పుడూ ఉంటూనే ఉంటాయి. కానీ వాటిని నిజం చేసే క్రమంలో అడుగు ముందుకు వేయడానికి కావాల్సిన ధైర్యం లేక, రేపు చేద్దాంలే అని వాయిదా వేస్తూ రోజులు గడిపేస్తుంటాం. నేను కూడా ఒక కథ రాయాలని దాదాపు రెండు ఏళ్లు కేవలం ఆలోచనలతోనే గడిపేశాను. ఎన్నో సార్లు రాయాలని మొదలుపెట్టి, మళ్ళీ ఆపేసి.. నా వల్ల అవుతుందా అనే సందేహాల మధ్యే కాలం గడిచి

చివరకు ఒకరోజు నా మనసులోని మాటను ఒక వ్యక్తితో పంచుకున్నాను. ఆ తర్వాతే నాలో ఈ కథను పూర్తి చేయాలనే ధైర్యం మొదలైంది. ఎన్నో ఆలోచనల మధ్య, మరెన్నో అడ్డంకుల మధ్య సాగిన నా ఈ సుదీర్ఘ ప్రయాణం.. ఈరోజు మీ ముందుకు రావడానికి కారణమైన నా 'చిన్నూ' కి నా హృదయపూర్వక ధన్యవాదాలు. నీ తోడు లేకపోతే ఈ ప్రయత్నం కేవలం ఒక ఆలోచనగానే మిగిలిపోయేది .

తెలిసిందేగా.. రోజు తిరగడం అలవాటైన ఒక అబ్బాయి. నిజానికి తను ఆమె ఇంటి చుట్టూ తిరగడం మొదలుపెట్టి చాలా కాలమే అయ్యింది. కానీ ఆ అమ్మాయి ముఖాన్ని స్పష్టంగా చూడటానికి అతనికి ఏకంగా 17 ఏళ్లు పట్టింది. బహుశా 'దేనికైనా అదృష్టం ఉండాలి' అన్న మాట నిజమేనేమో అనిపిస్తుంది.

మన ప్రేమ కథ హీరోయిన్ 'స్వేచ్ఛ'. అలా ఒకరోజు తను అకస్మాత్తుగా ఇంట్లో నుండి బయటకి వచ్చింది. ముఖం పూర్తిగా కనిపించీ కనిపించనట్టు ఉన్నా.. తనని మళ్ళీ మళ్ళీ చూడాలనే ఒక తెలియని తపన మన 'ప్రేమ్' లో మొదలైంది. నిన్నటి దాకా టైం పాస్ కోసం వీధులు తిరిగిన ప్రేమ్, ఇప్పుడు కేవలం ఒక అమ్మాయి ముఖం కోసం ఎదురుచూపులు మొదలుపెట్టాడు. కానీ ఎన్నిసార్లు వెళ్ళినా ఆ నిరీక్షణ ఫలించలేదు.

అందరూ అంటుంటారు.. 'దేవుడు రాస్తేనే మన జీవితంలో అన్నీ జరుగుతాయని'. కానీ కొన్నిసార్లు మన రాతని మనమే రాసుకోవాలేమో! అందుకే పట్టువదలని విక్రమార్కుడిలా ప్రేమ్ వెళ్తూనే ఉన్నాడు. అయితే విధి విచిత్రం ఏంటంటే.. స్వేచ్ఛ ముఖం చూద్దామని వెళ్ళిన ప్రతిసారీ, ఆమె తల్లి ముఖాన్ని మాత్రం స్పష్టంగా చూడగలుగుతున్నాడు కానీ, ఆ అమ్మాయి ముఖం మాత్రం అతనికి అందని చందమామలానే ఉండిపోయింది."

"చూడాలి అనే తపన కంటే.. చూడలేకపోతున్నాను అనే బాధే తనలో ఎక్కువగా ఉంది. ఇప్పటివరకు ఇలాంటి అనుభవం లేదు కాబట్టి, మనవాడికి అసలు ఏమీ అర్థం కావడం లేదు. ఇది ప్రేమా? లేక కేవలం ఆకర్షణా? అనేది తెలుసుకోలేక సతమతమవుతున్న రోజులు అవి.

అలా ఒకరోజు.. ప్రేమ్ బస్టాండ్‌లో ఉన్నప్పుడు ఒక్కసారిగా ఒక పెద్ద పిలుపు వినిపించింది—'స్వేచ్ఛ!' అని. అటువైపు చూసిన ప్రేమ్ అలానే శిలలా ఉండిపోయాడు. చిన్న చిన్న కళ్లు, గాలితో అల్లరి చేస్తున్న ఆ కురులు, ముక్కుపుడకకే అందం తెచ్చే ఆ ముక్కు.. వర్ణించడం నిజంగా కష్టమే! ఆ సగం ముఖం అమ్మాయిని చూసినప్పుడు కలిగిన ఫీలింగ్ కంటే, ఈమెను చూసినప్పుడు ఇంకా ఎక్కువ బ్లష్ (blush) వచ్చింది.

కానీ ప్రేమ్ అక్కడే ఆగిపోయాడు. మనసులో ఒకటే పోరాటం.. ఆ అమ్మాయి కావాలా? లేక ఈ అమ్మాయా? అని. ఆ గందరగోళంలో ఉండగానే, ఆ

బస్టాండ్లో అమ్మాయి వెళ్ళిపోయింది. కానీ ఆమె తమ్ముడు పిలిచినప్పుడు ఆ పేరు మాత్రం ప్రేమ్ చెవిన పడింది.

ఇప్పుడు తన ముందున్న సమస్యల్లా ఒక్కటే.. ఇక్కడ ఈ అమ్మాయి పేరు (స్వేచ్ఛ) తెలుసు. కానీ అక్కడ ఆ సగం ముఖం అమ్మాయి పేరు తెలియదు. పాపం! చూద్దాం మన ప్రేమ్ ఎవరిని ప్రేమిస్తాడో.. అసలు తనలో నిజమైన ప్రేమ ఉందో లేదో!

ఏ నిజమైన ప్రేమలో అయినా ఒకే ప్రేమ ఉంటుంది. ఒక్కటే అమ్మాయి ఉంటుంది.. కానీ మన ప్రేమ్ గాడి కథలో ఏంటి ఇద్దరు అమ్మాయిలు ?

ప్రేమ్‌కి లోలోపల అనిపిస్తోంది.. తను చేస్తున్నది కరెక్టా? కాదా? అని. కానీ తనకే తెలియకుండా పుట్టిన బలమైన భావాలు అవి. అసలు తన మనసులో ఏం జరుగుతుందో తనకే అంతుచిక్కడం లేదు. నిజమైన ప్రేమ ఇద్దరిని కోరుకుంటుందా? లేక అసలు ప్రేమ్‌ది నిజమైన ప్రేమ కాదా? అనేది కాలమే చెప్పాలి.

తను కనిపించదు అని తెలిసినా, ఆమె ఇంటి చుట్టూ తిరిగే రోజులు ఎక్కువయ్యాయి. అలా ఒకరోజు.. ఎలాగైనా తనని చూడాలనే పిచ్చితో, కావాలని ఆమె ఇంటి ముందే కిందపడి ఒక చిన్న ప్రమాదాన్ని సృష్టించుకున్నాడు. అది చూసిన స్వేచ్ఛ వాళ్ళ అమ్మ కంగారుగా వచ్చి,

అతన్ని లేపి ఇంటి అరుగు మీద కూర్చోబెట్టింది. సరిగ్గా అప్పుడే.. లోపలికి చూస్తూ ఆమె పిలిచిన పిలుపు.. 'స్వేచ్ఛ! త్వరగా ఆ ఫస్ట్ ఎయిడ్ బాక్స్ తీసుకురామ్మా' అని.

ఆ పేరు వినగానే ప్రేమ్‌కి తగిలిన దెబ్బల నొప్పి మాయమైపోయింది. ఆశ్చర్యంతో గుండె ఆగిపోయినంత షాక్‌లో ఉండిపోయాడు. అంతలోనే.. 'ఇదిగో అమ్మ' అంటూ తను బయటకి వచ్చింది.

అక్కడ మూడు అద్భుతాలు ఒకేసారి జరిగాయి.. మొదటిది.. తను ప్రాణంగా ప్రేమిస్తున్న పేరు వినడం! రెండోది.. ఇన్నాళ్లు చూడాలని తపించిన ఆ ముఖాన్ని పూర్తిగా చూడటం! మూడోది.. తను వచ్చి 'అమ్మ' అని పిలిచిన ఆ తీయని గొంతు వినడం! అప్పుడు అర్థమైంది ప్రేమ్‌కి.. బస్టాండ్‌లో చూసిన ఆ అల్లరి పిల్ల, ఇన్నాళ్లు తనని ఊరిస్తున్న ఆ సగం ముఖం అమ్మాయి.. ఇద్దరూ ఒక్కరే అని! బహుశా ఆ రోజు బస్టాండ్‌లో తను అలా ఆగిపోవడం వల్లేనేమో, విధి ఈరోజు ఇలాంటి ఒక మధురమైన క్షణాన్ని బహుమతిగా ఇచ్చింది

ప్రేమ్ ఆనందానికి ఇప్పుడు హద్దులు లేవు.ఒక నిజమైన ప్రేమకు దూరం పెద్ద భారం ఏమీ కాదు. కలవాలని ఉంటే రెండు ఖండాల మధ్య ఉన్నా కూడా చాలా తేలికగా ఆ మనుషులు, అలాగే మనసులు కలుస్తాయి. ఇప్పుడు తన హృదయంలో మొదలైన ఆ కొత్త అలజడి గురించి ప్రత్యేకంగా చెప్పక్కర్లేదు అనుకుంటా!

ఆ యాక్సిడెంట్ గాయాల నుండి కోలుకోవడానికి ప్రేమ్‌కి రెండు నెలలు పట్టింది. పూర్తిగా కోలుకున్న మొదటి రోజే.. వాళ్ళ బాబాయ్ తన కొడుకుని స్కూల్‌లో డ్రాప్ చేయమని అడుగుతాడు. మనసులో తన ప్రేమని చూడాలనే ఆరాటం ఉన్నా, స్కూల్ దగ్గరకి వెళ్ళాలి అని లేకపోయినా తప్పక ఒప్పకొని వెళ్తాడు. స్కూల్ దగ్గర ఒక అమ్మాయిని వెనక నుంచి చూసి.. 'తనే ఏమో!' అని ఆశగా దగ్గరికి వెళ్తాడు. కానీ తీరా చూస్తే తను కాదని తెలిసి, ఆశలన్నీ అడుగంటిపోగా దిగులుగా తల దించుకుని వెనక్కి వస్తుంటాడు.

అదే నిరాశలో ఉండగా.. ఎదురుగా వస్తున్న ఒక అమ్మాయిని చూసుకోకుండా ఢీకొంటాడు. కనీసం సారీ చెప్పే ఓపిక కూడా లేనంత దిగులుగా వెళ్తుంటే.. వెనక నుంచి ఒక పిలుపు! 'హే.. మీకే కదా ఆ రోజు మా ఇంటి ముందు ప్రమాదం జరిగింది?' అంది ఆ అమ్మాయి. అవును' అని అయోమయంగా సమాధానం చెప్పి రెండడుగులు వేశాక.. ఒక్కసారిగా ప్రేమ్ మెదడులో మెరుపు మెరిసింది. 'నాకు ప్రమాదం జరిగిన విషయం ఈ అమ్మాయికి ఎలా తెలుసు?' అని ఆలోచిస్తూ వెనక్కి తిరిగి చూశాడు. ఎదురుగా ఉన్న ఆమెను చూడగానే తన ప్రాణం లేచి వచ్చినట్టయ్యింది! ఎవరి కోసం రెండు నెలలుగా కళ్లు కాయలు కాచేలా ఎదురుచూశాడో, ఎవరి ముఖం చూడలేక దిగులుగా వెనుదిరుగుతున్నాడో.. సరిగ్గా అదే

'స్వేచ్ఛ' తన ముందు నిలబడి ఉంది...... ......................

ఆ క్షణం తన మనసులో కలిగిన సంతోషం వర్ణించడానికి మాటలు చాలవు."

***<u>మనుషులు అలాగే మాటలు కలిసినంత సులభంగా.. మనసులు కలవవుగా!</u>***

మీరేంటి ఇక్కడ?' అని ప్రేమ్ అడిగితే.. 'మా పక్కింటి అబ్బాయిని స్కూల్‌లో డ్రాప్ చేయడానికి వచ్చాను' అని చెప్పింది స్వేచ్ఛ.

'ఓ.. అంటే రోజు మీరే వస్తారా?' అని ప్రేమ్ కొంచెం ఆశగా అడిగాడు. దానికి తను సర్దుకుంటూ.. 'లేదు, ఎప్పుడైనా వాళ్ళకి వీలు కానప్పుడు అలా.. మరి మీరు?' అంది.

ప్రేమ్ ఒక చిన్న నిట్టూర్పు విడిచి.. 'నేను కూడా మా బాబాయ్ వాళ్ళ అబ్బాయిని డ్రాప్ చెయ్యడానికి వచ్చాను. నిజానికి ఇవాళ అస్సలు

రావాలని లేదు. కానీ రాక తప్పలేదు. బహుశా ఇలా మీతో మాట్లాడాలని రాసి పెట్టి ఉందేమో!' అన్నాడు.ఆ మాటకి స్వేచ్ఛ కొంచెం నవ్వి.. 'అంత సీన్ లేదులేండి! అయినా ఆ రోజు మా ఇంటి ముందు అంత పెద్ద యాక్సిడెంట్ చేసుకున్నారు.. ఇప్పుడు దెబ్బలు ఎలా ఉన్నాయి? తగ్గిపోయాయా?' అని అడిగింది.

ప్రేమ్ ఆమె కళ్ళల్లోకి చూస్తూ.. 'గాయం తగ్గిపోయింది కానీ.. ఆ జ్ఞాపకం మాత్రం అలాగే ఉంది' అన్నాడు. ఆ మాటలోని లోతు అర్థమైనట్టుగా స్వేచ్ఛ ఒక క్షణం మౌనంగా ఉండిపోయింది. ఆ మౌనంలోనే ఏదో తెలియని పరిచయం ఒక తీయని బంధానికి పునాది వేసింది. ఆ పరిచయం విడిపోలేని బంధం అవుతుందో లేక తీరని బాధగా మారుతుందో కాలమే చెప్పాలి

*ఒక బంధం భారంగా అయినా మారుతుంది*

*బాధ్యతగా అయినా మారుతుంది''''*

మనం మళ్ళీ కలవాలి అంటే ఎలా? అండి.

ప్రేమ్ పై ఒక మంచి అభిప్రాయం కలిగినా, స్వేచ్ఛ మాత్రం తనని తాను కంట్రోల్ చేసుకుంటూ.. 'మళ్ళీ మనం ఎందుకు కలవాలి?' అని ఒక చిలిపి నవ్వు నవ్వి అక్కడినుంచి వెళ్ళిపోయింది.

అలా కొన్ని రోజులు గడిచాయి. ఒకరోజు ప్రేమ్ స్నేహితుడు తన ప్రియురాలిని కలవడానికి వెళ్తూ.. 'కొంచెం తోడు రారా ' అని అడిగాడు. తన మనసు బాలేకపోవడంతో 'నేను రాలేను, నువ్వు వెళ్ళిరా' అని ప్రేమ్ సున్నితంగా తిరస్కరించాడు. కానీ మళ్ళీ మళ్ళీ స్నేహితుడు బ్రతిమిలాడటంతో.. వాడు బాధపడతాడు అని ఇష్టం లేకపోయినా స్నేహం కోసం వెళ్ళాడు.

అక్కడికి వెళ్ళాక అర్థమైంది.. ప్రేమ్ ఎలా అయితే తన స్నేహితుడి కోసం వచ్చాడో, స్వేచ్ఛ కూడా తన స్నేహితురాలికి తోడుగా అక్కడికే వచ్చింది! అక్కడ తనని చూడగానే ఇన్ని రోజుల ఎదురుచూపులు, చూడాలనే తపన, తన గుండెలో దాచుకున్న బాధ.. అన్నీ ఒక్కసారిగా మాయమైపోయాయి. తన ప్రపంచం మళ్ళీ కలర్‌ఫుల్‌గా మారిపోయిన ఫీలింగ్ కలిగింది ప్రేమ్‌కి." బహుశా.. ఒక ప్రేమను కలపడానికి, ఇంకొకరి ప్రేమ కూడా సహాయం చేస్తుందేమో

ఇప్పటివరకు అనుకోకుండా కలిసిన వీళ్ళు, ఇకపై ఒకరినొకరు చూడాలనే కోరికతో కలవడం మొదలుపెట్టారు. అలా కొన్ని సార్లు కలిసిన తర్వాత, మాటలు మనసుల్ని తాకాయి.. ఇద్దరూ ఒకరికొకరు బాగా దగ్గరయ్యారు. కానీ, లోపల ఏదో తెలియని భయం.. అందుకే ఇద్దరూ తమ మనసులో మాటను బయటపెట్టుకోలేకపోయారు.

ఒకరోజు ధైర్యం చేసి ప్రేమ్ అడిగాడు.. 'నిజంగా చెప్పవా.. నా మీద నీ అభిప్రాయం ఏంటి?' అని.

దానికి స్వేచ్ఛ ఒక్క క్షణం తడబడి.. 'నీ మీద ఏముంటుంది? ఏమీ లేదు! నిన్ను కేవలం ఒక మంచి స్నేహితుడిగా మాత్రమే చూస్తున్నాను' అని చెప్పేసింది. కానీ తన లోపల ఉన్న నిజమైన భావాలు తనకే సరిగ్గా అర్థం కావడం లేదు. ఇన్నాళ్ల తన ఒంటరితనం, ప్రేమ్ పట్ల కలుగుతున్న ఆ కొత్త ఇష్టం.. ఈ రెండింటి మధ్య తన మనసు గందరగోళంలో ఉంది. అయితే ప్రేమ్ ఏమాత్రం కుంగిపోకుండా, తన ప్రయత్నం ఆపలేదు.

ఒకసారి ఇద్దరూ కలవాలని ప్లాన్ చేసుకుంటారు కానీ స్వేచ్ఛకి అనుకోకుండా కొన్ని ఇబ్బందులు ఎదురవ్వడం వల్ల వెళ్లలేకపోతుంది, ఆ విషయాన్ని కనీసం ప్రేమ్‌కి చెప్పే అవకాశం కూడా ఆమెకు దొరకదు. సాయంత్రం వరకు కళ్లు కాయలు కాచేలా ఎదురుచూస్తాడు ప్రేమ్. చీకటి పడుతున్నా తను రాకపోవడంతో.. 'తనకి రావడం ఇష్టం లేదేమో, అందుకే నన్ను ఇలా వదిలేసింది' అని అపార్థం చేసుకుంటాడు. తన ఆశలన్నీ అలికిడి లేకుండా కూలిపోతుంటే, ఆమెపై ఒక రకమైన కోపం, దిగులు పెంచుకుంటాడు.

*కానీ.. ఒక వ్యక్తిని అపార్థం చేసుకునే ముందు, గతంలో వారు మనతో ఎలా ఉండేవారో గుర్తు చేసుకుంటే.. నిజా నిజాలు మనకు అర్థమవుతాయి!"*

కానీ.. ఆ క్షణంలో ప్రేమ్‌కి ఆమెకు ఏమైై ఉంటుందో అని ఆలోచించే ఓపిక లేదు. తను రాలేదు అనే ఆవేదనలో, తనేదో ఊహించుకుని అక్కడి నుండి వెళ్ళిపోయాడు.

*'నిజమైన కోపం ప్రేమించిన వారిపై మాత్రమే వస్తుంది. ఎందుకంటే వారు చేసే చిన్న చిన్న పొరపాట్లు కూడా మనసును ముక్కలు చేస్తాయి. ప్రేమ అలాంటిది మరి!'*

ప్రేమ్‌కి తను రాలేదని కోపం, స్వేచ్ఛకి వెళ్ళలేకపోయాననే తీరని బాధ. ఆ రోజు నుండి ప్రేమ్, మనసుకి కష్టంగా ఉన్నా స్వేచ్ఛను దూరం పెట్టడం మొదలుపెట్టాడు. అలా చేస్తేనైనా తన విలువ ఆమెకు తెలుస్తుందని, ఆమెలో దాగున్న ప్రేమ బయటపడుతుందని అతని ఆశ. కానీ స్వేచ్ఛ మాత్రం, 'తను నన్ను కనీసం అర్థం చేసుకునే ప్రయత్నం కూడా చేయలేదు' అని కుమిలిపోతోంది.

అలా కొన్ని రోజుల తర్వాత.. మళ్ళీ ఆ స్నేహితుల ద్వారానే విధి వారిని కలిపింది. ఒకరినొకరు చూసుకున్నారు.. కానీ మాటలు మాత్రం కరువయ్యాయి. అదొక 'మౌనరాగం!'

వారి కళ్ళలో వేల ప్రశ్నలు.. అంతకు మించిన ఆవేదనలు. ఒకరు కావాలి అనుకున్నప్పుడు అహంకారం, ఆత్మగౌరవం అడ్డురాకూడదని తెలిసినా.. వారి మధ్య ఏదో ఒక అదృశ్య గోడ నిలబడి వారిని ఆపేస్తోంది. ప్రేమ్ తన మనసులోని భారంతో, తడబడే గొంతుతో ఇలా అన్నాడు:

స్వేచ్ఛ.. నువ్వు రాకపోవడం కంటే, ఎందుకు రాలేదో కనీసం ఒక్క మాట చెప్పకపోవడమే నన్ను ఎక్కువగా బాధపెట్టింది. నీ మౌనం నాలో కోపాన్ని పెంచితే.. నీ దూరం మాత్రం నీపై నాకున్న ప్రేమని మళ్ళీ గుర్తుచేసింది. మన మధ్య మాటలు లేకపోయినా పర్వాలేదు కానీ.. ఈ మౌనం మాత్రం మన మధ్య యుద్ధంలా మారకూడదు!' ఆ మాటలకు స్వేచ్ఛ కళ్ళలో నీళ్లు తిరిగాయి. తను ఎందుకు రాలేకపోయిందో చెప్పాలని గొంతు వరకు వచ్చినా.. ప్రేమ్ కళ్ళలో కనిపిస్తున్న ఆ చిన్నపాటి కోపం ఆమెను మాట్లాడనివ్వలేదు. వారి మాటలు కలవకపోయినా, చూపులు మాత్రం నిజాలను వెతుక్కున్నాయి. ఆ రోజు వారిద్దరూ ఏమీ తేల్చుకోలేకపోయినా.. ఆ అసంతృప్తి వెనుక ఒక ఆశ మిగిలే ఉంది. ఈ మౌనం వారిని విడదీస్తుందా లేక మరింత దగ్గర చేస్తుందా అనేది కాలమే తేల్చాలి.

*ఎందుకంటే.. నిజమైన ప్రేమలో అపార్థాలు తాత్కాలికమే, కానీ అనుబంధం శాశ్వతం!*" అలా ఆ రోజు ఆ చూపుల యుద్ధంతోనే ముగిసింది. ఆ తర్వాత కొన్ని రోజులు ఇద్దరూ కలవలేదు; అసలు కలవడానికి వీలు కూడా చిక్కలేదు.

చెప్పానుగా.. మనుషులు కలిసినంత సులభంగా మనసులు కలవవు అని! వారి మధ్య అన్నీ ఉన్నా, ఉండాల్సిన స్పష్టత మాత్రం కరువైంది. ఆ దూరం తగ్గాలి అంటే ఎవరో ఒకరు మనసు విప్పి మాట్లాడాలి, కానీ ఇద్దరినీ మౌనమే శాసిస్తోంది. ఈ దూరం ప్రేమ్‌కి ఎలా ఉందో కానీ, స్వేచ్ఛకు

మాత్రం నరకంలా అనిపిస్తోంది. ప్రేమ్ అంటే తనకి ఇష్టమో లేదో ఆమెకి ఇప్పటికీ తెలియదు కానీ.. తనకి దూరంగా మాత్రం ఉండలేకపోతోంది! ప్రేమ పుట్టడానికి కొన్నిసార్లు క్షణాలు చాలు, మరికొన్నిసార్లు యుగాలైనా పట్టొచ్చు. స్వేచ్ఛ గుడికి వస్తుందని తన స్నేహితురాలి ద్వారా తెలుసుకున్న ప్రేమ్, ఆశగా అక్కడికి చేరుకున్నాడు. కాసేపు నిరీక్షించాక చివరకు స్వేచ్ఛ కనిపించింది.. కానీ పక్కనే వాళ్ళ అమ్మ కూడా ఉంది. ప్రేమ్‌ని చూడగానే స్వేచ్ఛ కళ్ళు మెరిశాయి.. 'కొద్దిసేపు ఆగు, నేను వస్తాను' అని సైగలతోనే అతనికి అర్థమయ్యేలా చెప్పింది. ఆ కాస్త సమయం కోసం తన అమ్మకు ఒక చిన్న అబద్ధం చెప్పి ప్రేమ్ దగ్గరికి వచ్చింది. అసలు కలవడానికి ప్రయత్నించవా? అనుకోకుండా నా జీవితంలోకి వచ్చావ్.. కానీ ఇప్పుడు ఈ దూరం భరించడం నా వల్ల కావట్లేదు. మన మధ్య ఉన్న ఈ గ్యాప్ నాకు ఎప్పుడూ లేనంత బాధను ఇస్తోంది.. మరి నీకు?'

ఆ మాటలకు ప్రేమ్ కళ్ళల్లోకి చూస్తూ.. 'మన మధ్య ఏముందో నాకు తెలియదు స్వేచ్ఛ, కానీ నీకు దూరంగా ఉండగలనేమో కానీ.. నిన్ను చూడకుండా మాత్రం అస్సలు ఉండలేను' అన్నాడు.

తను ప్రాణంగా ప్రేమిస్తున్నాననే నిజాన్ని చెప్పేయాలనుకున్నాడు ప్రేమ్.. కానీ గొంతు వరకు వచ్చిన మాట అక్కడే ఆగిపోయింది. అప్పుడే స్వేచ్ఛ వాళ్ళ అమ్మ పిలుపు వినబడింది. వెళ్ళిపోతున్న స్వేచ్ఛ బర్త్ డే ఎప్పుడో తెలుసుకోవడానికి.. ప్రేమ్ తెలివిగా 'హ్యాపీ బర్త్ డే' చెప్పాడు. అప్పుడు స్వేచ్ఛ

వెనక్కి తిరిగి నవ్వుతూ.. 'నా పుట్టినరోజు ఈరోజు కాదు ప్రేమ్.. వచ్చే శుక్రవారం!' అని చెప్పి వెళ్ళిపోయింది." ప్రేమ్ మనసులో ఒకటే నిర్ణయం— తన పుట్టినరోజునే తన మనసులోని భారమంతా దించేయాలి. ఆ చెప్పలేని ప్రేమను, చూపించలేని ఇష్టాన్ని వ్యక్తపరచడానికి ఇదే సరైన సమయం అని గట్టిగా నమ్మాడు. నిజానికి.. స్వేచ్ఛ గుడికి వస్తుందని ప్రేమ్ తెలుసుకున్నాడు అనుకుంటున్నాడు కానీ, తనే కావాలని అతనికి తెలిసేలా చేసింది.

ఆ ఆరు రోజులు ప్రేమ్‌కి ఆరు యుగాల్లా గడిచాయి. చివరికి ఆ అద్భుతమైన శుక్రవారం రానే వచ్చింది!

ప్రేమ్ తన ప్రేమను చెప్పాలని ఎంత తపన పడుతున్నాడో.. స్వేచ్ఛ కూడా తనలో ఉన్న భావాలను బయటపెట్టాలని అంతే ఆశగా ఎదురుచూస్తోంది. గుడి మెట్లు దిగుతూ వస్తున్న స్వేచ్ఛను చూడగానే ప్రేమ్ మాటలు మరిచిపోయాడు. ఆ పుట్టినరోజు కళ తన ముఖంలో ప్రతిబింబిస్తూ.. దేవతలా కనిపిస్తోంది తను.

ప్రేమ్ ఆమె దగ్గరికి వెళ్లి, ఒక నిశ్శబ్ద క్షణంలో తన మనసు విప్పి ఇలా అన్నాడు 'పుట్టినరోజు శుభకాంక్షలు స్వేచ్ఛ! కేవలం ఈ ఒక్క క్షణం కోసం నేను కొంత కాలంగా వేచి చూస్తున్నాను. నువ్వు నాతో మాట్లాడితే ఏదో గెలిచాను అన్న సంతోషం.. నువ్వు మాట్లాడకపోతే సర్వస్వం కోల్పోయాను అన్న బాధ! మనకున్నది ఒకే ఒక జీవితం.. ఆ జీవితాన్ని నేను

నీతోనే పంచుకోవాలని కోరుకుంటున్నాను. ప్రేమ అంటే ఏంటో నాకు పూర్తిగా తెలియకపోవచ్చు.. కానీ నిన్ను చూసిన ప్రతిసారి నా మనసు నా మాట వినడం లేదు. నా ఊపిరి ఆగిపోయే వరకు నీ వెంటే నీ నీడలా ఉంటాను.. నీ జీవితంలో నాకో చిన్న చోటు ఇస్తావా?

ఈ లోకంలో కోట్ల మంది ఉండొచ్చు.. కానీ నా కళ్ళు మాత్రం నిన్నే వెతుకుతాయి. నా మనసుకి తెలిసిన ఏకైక చిరునామా నువ్వు మాత్రమే! నా జీవితం అనే పుస్తకంలో ప్రతి పేజీ నువ్వే అవ్వాలని కోరుకుంటున్నాను..

I LOVE YOU స్వేచ్ఛ నా చెయ్యి ఎప్పటికీ వదలకు.. నీ సమాధానం ఏంటో చెప్పు?'"

స్వేచ్ఛ కళ్లలో నీళ్లు సుడులు తిరుగుతున్నాయి. తడబడే గొంతుతో తను కూడా తన మనసుని ఇలా ఆవిష్కరించింది.. 'ప్రేమ్, ఇన్ని రోజులు నా చుట్టూ ఏం జరుగుతుందో నాకే అర్థం కాలేదు. కానీ ఈ మధ్య మన మధ్య వచ్చిన ఈ దూరం నాకు అన్నీ అర్థమయ్యేలా చేసింది. ఎప్పటి నుంచో చెప్పాలని ప్రయత్నిస్తున్నాను, కానీ మాటలు పెదవి దాటడం లేదు. నిన్ను ప్రేమిస్తున్నాను అనే మాట చిన్నదే కావొచ్చు, కానీ నా మనసు పడుతున్న వేదన నీకు చెప్తే కానీ అర్థం కాదు. నీవు పక్కన ఉంటేనే నేను సంపూర్ణం ప్రేమ్.. నన్ను వదిలి వెళ్ళకు. నా ప్రాణం ఉన్నంత వరకు నిన్నే ప్రేమిస్తూ ఉంటాను.. నన్ను నీ దానిగా స్వీకరించు!'

ఆ మాట పూర్తి అవ్వగానే, కొన్ని నెలల నిరీక్షణ, ఇన్ని రోజుల అపార్థాలు అన్నీ ఆవిరైపోయాయి. ఇద్దరూ ఒక్కసారిగా ఒకరినొకరు కౌగిలించుకున్నారు. ఆ కౌగిలిలో ఒకరి ఊపిరి ఒకరు పంచుకుంటూ, ఆనందంతో ఇద్దరి కళ్ళ నుంచి నీళ్లు ధారలా కారుతున్నాయి. లోకం ఆగిపోయిందేమో అన్నంత ప్రశాంతత ఆ క్షణం వారిది! ఆ గాఢమైన కౌగిలి నుంచి మెల్లగా విడివడి, ఒకరి కళ్ళలోకి ఒకరు చూసుకున్నారు. కన్నీళ్లు ఆనందంగా మారుతుంటే, ప్రేమ్ తన చేతులతో స్వేచ్ఛ కళ్ళను తుడుస్తూ మెల్లగా నవ్వాడు.

"ఇక ఎప్పుడూ ఇలాంటి దూరం రాకూడదు స్వేచ్ఛ. మన మధ్య గొడవలు ఉండొచ్చు కానీ, మౌనం మాత్రం ఉండకూడదు" అని ప్రేమ్ అంటే... స్వేచ్ఛ అతని భుజంపై తల వాల్చి, "నీ చెయ్యి పట్టుకున్నాక ఇంక భయం ఏముంది? నువ్వు తోడుంటే చాలు, ఏ సమస్య వచ్చినా ఎదుర్కోగలను"

అంది. కానీ ఆ ఆనందం ఎంతో సేపు నిలవలేదు. దూరం నుండి స్వేచ్ఛ వాళ్ల బావ వస్తుండటం చూసి, తను ఒక్కసారిగా తేరుకొని కొంచెం దూరం జరిగింది. అప్పటికే స్వేచ్ఛ ముఖం పాలిపోవడం చూసి ప్రేమ్‌కి ఏదో అనుమానం కలిగింది. వాళ్ల బావ రాగానే, ఏమీ మాట్లాడకుండా స్వేచ్ఛను అక్కడి నుంచి తీసుకువెళ్ళిపోయాడు. ప్రేమ్ అలాగే నిలబడిపోయి చూస్తున్నాడు.. ఆ క్షణం తనకి తెలియదు, ఆ కౌగిలింతే వారి ఆఖరి సంతోషం అని!

ఇంటికి వెళ్ళిన మరుక్షణం.. వాకిట్లో గుమిగూడిన జనాలను చూసిన స్వేచ్ఛకి కాళ్ల కింద భూమి కదిలిపోయినట్టయ్యింది. భయంతో లోపలికి పరుగెత్తింది. అక్కడ.. తనని మహారాణిలా, కనుపాపలా చూసుకున్న తన నాన్న విగతజీవిగా పడి ఉన్నారు.

స్వేచ్ఛ ఆనందం పురి విప్పకముందే చచ్చిపోయింది. తన ధైర్యం, తన అండ, తన ప్రాణం అయిన నాన్న ఇక లేరు అనే చేదు నిజాన్ని తను తట్టుకోలేకపోయింది ఒకే రోజు.. తన జీవితంలోకి ఒక ప్రేమ (ప్రేమ్) తోడైతే, మరో నిశ్శబ్దమైన మహా ప్రేమ (నాన్న) శాశ్వతంగా దూరమైపోయింది.

ఇక మీదట.. రోజు ముద్దలు కలిపి తినిపించే ఆ చెయ్యి ఉండదు. తను తప్పు చేసినా వెనకేసుకొచ్చే ఆ గొంతు వినిపించదు. ఎన్ని కష్టాలు ఉన్నా 'నాన్న ఉన్నాడు' అనే ధైర్యం ఇక కల కాలం వెతుక్కోవాల్సిందే!'నాన్న.. దేవుడు మీకు విశ్రాంతిని ఇచ్చి ఉండవచ్చు, కానీ మీరు నా గుండెల్లో ఎప్పటికీ

జీవించే ఉంటారు. మిమ్మల్ని ఎప్పటికీ ప్రేమిస్తూనే ఉంటాను నాన్న!నాన్న.. అందరూ నిన్ను శవం అంటున్నారు కానీ, నాకు మాత్రం నువ్వు గాఢ నిద్రలో ఉన్నట్టే ఉన్నావు నాన్న. ఒక్కసారి కళ్లు తెరిచి చూడు.. నీ వేలు పట్టుకుని నడక నేర్చుకున్న నీ చిట్టితల్లిని! ఇవాళ నీ పాడె మోస్తుంటే చూడలేక ఒంటరిదాన్ని అయిపోయాను. లే నాన్న.. నువ్వు లేని ఈ నాలుగు గోడల మధ్య నేను ఎలా ఉండాలి? నీవు లేని ఈ లోకం నాకు శూన్యం నాన్న!

' *మనిషి బ్రతికుండగానే మనసు చచ్చిపోవడమంటే ఇదేనేమో.*

స్వేచ్ఛ జీవితం నుండి ఆమె సర్వస్వం అయిన నాన్నగారు శాశ్వతంగా దూరమైపోయారు. ఆ బాధ నుండి తను బయటపడలేక, నిమిషానికో నరకం చూస్తోంది. మన పక్కనే ఉంటారు అనుకున్న మనిషి, ఈ భూమి మీదనే లేరనే నిజం మనిషిని బ్రతికుండగానే శవంలా మారుస్తుంది.

జరిగినదంతా తెలుసుకున్న ప్రేమ్.. ఎలాగోలా తనని కలుస్తాడు. ఏమీ మాట్లాడలేక తన భుజంపై ఆమెను తలవాల్చుకోమంటాడు. 'నిజమైన ప్రేమ సుఖాల్లో తోడుండకపోయినా, కష్టాల్లో మాత్రం కొండంత అండగా నిలబడాలి'. ప్రేమ్ ఎన్ని మాటలు చెప్పినా ఆమె దిగులు తగ్గదు. చివరికి

ఇంటికి వెళ్లే ముందు ప్రేమ్‌ను గట్టిగా పట్టుకుని తనివితీరా ఏడ్చేసి.. మనసులోని భారాన్ని కన్నీళ్ల రూపంలో కడిగేసి వెళ్తుంది.

అలా కొన్నిరోజులు భారంగా గడిచాయి. అప్పుడప్పుడే స్వేచ్ఛ కోలుకుంటుండగా.. ఆమె ఒంటరితనాన్ని చూసి వాళ్ల అమ్మ పెళ్లి చేయాలని నిశ్చయించుకుంటుంది. స్వేచ్ఛను మార్చడానికి ఆమె బావతో కలిసి బయటికి వెళ్లమని పంపిస్తుంది.

అలా వాళ్లిద్దరూ కలిసి తిరుగుతుండగా ప్రేమ్ చూస్తాడు. ఒకసారి కాదు.. చాలా సార్లు! ఆ దృశ్యాన్ని ఎలా తీసుకోవాలో తెలియక, వాళ్లని అలా చూడలేక లోలోపల కుమిలిపోతుంటాడు ప్రేమ్. అటు స్వేచ్ఛకు ఇష్టం లేకపోయినా, అమ్మ మాట కాదనలేక బావతో ఉండక తప్పని పరిస్థితి. 'మన అనుకున్న వ్యక్తి పక్కన ఇంకొకరిని ఊహించుకోవడమే కష్టం.. అలాంటిది వాళ్ళు నిజంగా వేరే వ్యక్తితో కనిపిస్తే, ఆ బాధ వర్ణించలేని నరకం!'

ప్రేమ్, స్వేచ్ఛ కలిసి నెల రోజులు దాటిపోయింది. బావ ఆమె చుట్టూ నీడలా ఉండటంతో, కనీసం మాట్లాడుకోవడానికి కూడా వీలు కుదరదు మరోవైపు బావ ప్రవర్తన స్వేచ్ఛకు వింతగా అనిపిస్తున్నా, అమ్మ మౌనం అతనికి అడ్డులేకుండా చేస్తోంది. ఒకరోజు స్వేచ్ఛ లేని సమయం చూసి బావ అసలు విషయం బయటపెట్టాడు.. 'అత్తయ్యా, నాకు స్వేచ్ఛకు పెళ్లి చేయండి.. నేను తనని కంటికి రెప్పలా చూసుకుంటాను' అని. కానీ వాళ్ళ

అమ్మ మాత్రం.. 'లేదు బాబూ, తన నిర్ణయం కూడా తెలియాలి కదా' అని సున్నితంగా వారించింది."

స్వేచ్ఛ రాగానే వాళ్ల అమ్మ, "నీకు పెళ్లి చేయాలి అనుకుంటున్నాను, నీకు సమ్మతమేనా?" అని అడుగుతుంది. "నాన్న లేని నిజం నుంచి ఇప్పుడిప్పుడే బయటికి వస్తున్నాం కదా అమ్మా, అప్పుడే ఇవన్నీ ఎందుకు?" అంటుంది స్వేచ్ఛ. "మీ నాన్నగారు ఉన్నా ఇదే పని చేసేవారు. ఆయనకున్న ఒకే ఒక ఆశ నీకు పెళ్లి చేసి నీ సంతోషాన్ని చూడటమే" అని నచ్చజెబుతుంది అమ్మ. "నాకు కొంచెం సమయం కావాలి ఆలోచించుకోవడానికి" అంటూ గదిలోకి వెళ్లిపోయి, ప్రేమ్ గురించి అమ్మకి ఎలా చెప్పాలా అని ఆలోచిస్తుంటుంది.అదే సమయంలో.. వాళ్ల బావ తన ఫోన్‌కి ఛార్జింగ్ పెట్టి మేడ పైకి వెళ్తాడు. అప్పుడు అతని ఫోన్‌కి కాల్ వస్తుంది. అలా పదే పదే కాల్

వస్తుంటే, ఆ కాల్ స్వేచ్ఛ ఎత్తుతుంది. ఎత్తగానే అవతలి వ్యక్తి, "ఏరా! నువ్వు ప్రేమిస్తున్న సంగతి మీ మరదలికి చెప్పావా లేదా? అలాగే ఆ వీడియో చూపించావా లేదా?" అని అంటాడు. వెంటనే కాల్ కట్ చేసి, ఆ వీడియో కోసం ఫోన్ మొత్తం వెతుకుతుంది. చివరకు ఆ వీడియో చూసి, ఆ ఆవేశంలో ప్రేమ్‌ని ఇప్పుడే కలవాలని నిర్ణయించుకుంటుంది. ప్రేమ్‌కి కబురు పెడుతుంది. ప్రేమ్‌కి కబురు వెళ్ళింది.

కానీ అతని మనసులో మాత్రం అలజడి మొదలైంది. ఏం చేయాలో, ఎలా స్పందించాలో తనకే అర్థం కావడం లేదు. ఇన్ని రోజులు స్వేచ్ఛను ఆ స్థితిలో చూసిన తర్వాత, ఆమెను మళ్ళీ కలవాలనే కోరిక ఒకవైపు.. ఏదో తెలియని అపరాధ భావం లేదా భయం తనను వెనక్కి లాగుతోంది. "వెళ్ళాలా? వద్దా?" అనే ప్రశ్న అతని మెదడులో నిరంతరం సుడిగుండంలా తిరుగుతోంది. లోపల వెయ్యి ఆలోచనలు ఉన్నా, చివరికి మనసుపై గెలిచిన ప్రేమ.. "తను ఎలా ఉన్నా సరే, ఒక్కసారి చూడాలి" అని నిర్ణయించుకునేలా చేసింది. అడుగులో అడుగు వేసుకుంటూ అక్కడికి చేరుకున్నాడు ప్రేమ్. కానీ'దూరం నుండే స్వేచ్ఛను చూడగానే అతని అడుగులు అక్కడికక్కడే ఆగిపోయాయి గుండె బరువెక్కింది స్వేచ్ఛని చూస్తూ అలా నిశ్చలంగా నిలబడిపోయాడు. చాటున దాచుకున్న కన్నీళ్లు కట్టలు తెంచుకున్నాయి పాతజ్ఞాపకాలు ఒక్కొక్కటిగా కళ్ళముందు కదలాడుతున్నాయి. తను వాళ్ళ బావతో కలిసి తిరిగిన క్షణాలు, ఆ నవ్వులు, ఆ మాటలు.. ప్రతిదీ ఒక

ముల్లులా గుండెను గిల్లుతోంది. అప్పుడు తను అనుభవించిన ఆ వేదన, ఆ జ్ఞాపకాల భారంతోనే మెల్లగా ఒక్కో అడుగు వేస్తూ స్వేచ్ఛ దగ్గరకు వెళ్ళాడు. అలా ఇద్దరూ కలుస్తారు. కలిసిన మరుక్షణం.. "ప్రేమ్, నేను చెప్పేది జాగ్రత్తగా విను. మనం ఇక నుంచి కలవకూడదు, అలాగే కలవలేం కూడా. దయచేసి నన్ను అర్థం చేసుకో" అంటుంది స్వేచ్ఛ.ప్రేమ్ హతాశుడై మోకాళ్లపై కూర్చుని ఇలా అడుగుతాడు:

"అనుకోకుండా వచ్చావు.. నచ్చావు.. నా ప్రేమను ఒప్పుకున్నావు..

నాతోనే జీవితాంతం ఉంటాను అన్నావు..

నీ చెయ్యి వదలను అన్నావు..

ఇప్పుడు కలవద్దు అంటున్నావు!

చివరి వరకు ఇలానే కలిసి ఉందాం అన్నావు..

ఇంతేనా? ఇక విడిపోతున్నామా?

దీనికి కారణం మీ బావే కదా?"

"ప్రేమ్, కారణాలు చెప్పే అంత టైమ్ ఇప్పుడు నాకు లేదు" అని, ప్రేమ్ అలా ఏడుస్తూ అడిగినా కూడా చూడకుండా, స్వేచ్ఛ వెనక్కి తిరిగి ఏడ్చుకుంటూ వెళ్ళిపోతుంది.....

అక్కడి నుండి వెళ్ళిన స్వేచ్ఛ నేరుగా వాళ్ళ నాన్న ఫోటో దగ్గరికి వెళ్లి భోరునఏడుస్తుంది. తను తీసుకున్న నిర్ణయం సరైనదో కాదో తెలియని అయోమయం తనది.కారణం తెలియకుండా స్వేచ్ఛ అలా ఎందుకు చేసిందో కనుక్కోవడానికి ప్రేమ్ చాలా విధాలుగా ప్రయత్నిస్తాడు, కానీ ఏమీ తెలుసుకోలేకపోతాడు. ప్రేమలో ఒకరి నిర్ణయాన్ని గౌరవించాలి నిజమే, కానీ ఆ నిర్ణయం వెనుక ఉన్న అసలు నిజాన్ని కూడా తెలుసుకోవాలి కదా! *'ప్రేమలో ఒకరు ఏదైనా పొరపాటు చేస్తే దానిని సరిదిద్ది వారిని మంచి దారిలో పెట్టాలి, అంతేకానీ మధ్యలోనే వదిలేయకూడదు. ప్రేమ అంటే కేవలం రెండు అక్షరాలు కాదు— మోయలేని భావాలు, తీర్చాల్సిన బాధ్యతలు!'*

స్వేచ్ఛ వాళ్ళ అమ్మ ఇంటికి రాగానే, 'తల్లి.. మీ బావతో నీ పెళ్లి చేయాలి అనుకుంటున్నాం, నీకు సమ్మతమే కదా?' అని అడుగుతుంది. స్వేచ్ఛ ఆ

బాధలో, ఆ పరిస్థితుల్లో సమాధానం చెప్పదు.. అలా అని వద్దని కూడా చెప్పలేకపోతుంది.

వాళ్ళ బావ ఇదే సరైన సమయం అనుకుని వెంటనే ముహూర్తాలు పెట్టిస్తాడు. ఆ ముహూర్తం కేవలం మూడు రోజులలోనే! ఆ పెళ్లి కూడా ఎక్కడో దూరంగా ఉన్న వారి సొంత ఊరిలో నిశ్చయమవుతుంది.

ఇదంతా తెలుసుకున్న ప్రేమ్.. ఆ పెళ్లి స్వేచ్ఛ ఇష్టంతోనే జరుగుతుంది అని భ్రమపడతాడు. వీరిద్దరి ప్రేమ ఒక్కటైన రోజే స్వేచ్ఛ నాన్నగారు చనిపోవడం, ఆ విషాదం నుంచి బయటపడకముందే ఇలా విడిపోయే పరిస్థితి రావడం చాలా బాధగా అనిపిస్తుంది.ప్రేమ్ ఏం చేయాలో తెలియని స్థితిలో ఉండగా.. అప్పుడే ఒక కాల్ వస్తుంది.ప్రేమ్ అంటే నువ్వేనా? నేను స్వేచ్ఛ వాళ్ళ బావని మాట్లాడుతున్నాను. తనకు, నాకు పెళ్లి జరుగుతోంది. నువ్వు దీనికి అడ్డు రాకు.. అడ్డు రాలేవు కూడా! ఎందుకంటే పెళ్లి ఇక్కడ కాదు, ఈ ఊరికి చాలా దూరంగా జరుగుతోంది. కాబట్టి నీ హద్దుల్లో నువ్వు ఉండు!' అని హెచ్చరించి ఫోన్ పెట్టేస్తాడు బావ కాల్ కట్ అయ్యాక ప్రేమ్ కి అస్సలు ఏమీ అర్ధం కావడం లేదు. ఇప్పటివరకు స్వేచ్ఛ ఇష్టంతోనే ఇదంతా జరుగుతుంది అనుకున్న ప్రేమ్, ఆ కాల్ వల్ల ఒక్కసారిగా

గందరగోళంలో పడిపోయాడు. అసలు ఏది నిజం? ఏది అబద్ధం? స్వేచ్ఛ మౌనం వెనుక ఉన్న ఆ రహస్యం ఏంటి?

ఇవన్నీ తెలుసుకోవడానికి ప్రేమ్ పడరాని పాట్లు పడతాడు. చివరికి స్వేచ్ఛ ప్రాణ స్నేహితురాలిని కూడా కలిసి, జరుగుతున్న దంతా చెప్తాడు. కానీ తనకి కూడా ఏమీ తెలియకపోవడంతో ప్రేమ్ ఆశలన్నీ అడుగంటిపోతాయి. ఒకవైపు స్వేచ్ఛ మౌనం.. ఇంకోవైపు కేవలం మూడు రోజుల సమయం!

అక్కడ స్వేచ్ఛ.. ఇక్కడ ప్రేమ్.. ఇద్దరూ ఒకే బాధలో కొట్టుమిట్టాడుతున్నారు. ప్రేమ్ ఎన్ని ప్రయత్నాలు చేసినా ఫలితం లేకుండా పోతోంది. తాను ప్రేమించిన అమ్మాయిని కోల్పోతున్నాననే భయం ఒకవైపు, అసలు తను ఎందుకు ఇలా మారిపోయింది అనే ఆలోచన ఇంకోవైపు- ఈ రెండిటి మధ్య ప్రేమ్ నలిగిపోతున్నాడు. అటు స్వేచ్ఛ, తన నాన్న జ్ఞాపకాల్లో మునిగి ఉండగా.. ఒక విషయం గుర్తొస్తుంది. ప్రతి సంవత్సరం తన పుట్టినరోజుకి నాన్న ఏదో ఒక బహుమతి ప్లాన్ చేస్తారు. కానీ ఈ ఏడాది ఆ గిఫ్ట్ ఇవ్వకుండానే ఆయన దూరమైపోయారు. ఆ బహుమతి ఎక్కడైనా దాచారేమో అని నాన్న గది అంతా వెతుకుతుంది, కానీ ఏమీ దొరకదు. అక్కడ దొరకని ఆ గిఫ్ట్ కోసం వెతుకుతూ.. ఇక్కడ తన కళ్ల ముందున్న ప్రేమని చేతులారా దూరం చేసుకుంటోంది స్వేచ్ఛ.

*'కొన్ని కారణాల వల్ల నిజమైన ప్రేమను ఎప్పుడూ వదులుకోకండి. ఈ లోకంలో ఎవరూ సంపూర్ణులు కారు, ఎవరూ పరిపూర్ణులు కారు. చివరికి పరిపూర్ణత కంటే మన మధ్య ఉన్న అనురాగమే గొప్పది!'*

పెళ్లి పనులు అన్నీ వేగంగా పూర్తయిపోతున్నాయి. అలాంటి సమయంలో స్వేచ్ఛకు ప్రేమ్ ని చూడాలని, గట్టిగా హత్తుకుని మాట్లాడాలనిపిస్తుంది. కానీ 'మనం కలవలేం' అని తను చెప్పిన మాట గుర్తు వచ్చి ఆగిపోతుంది. ఆ బాధ వర్ణనాతీతం!

'నిజమైన ప్రేమలో ఇద్దరు విడిపోయారు అంటే అది మరణం తర్వాత మాత్రమే.. ఇంకా గట్టిగా చెప్పాలంటే, ఆ మరణం కూడా వారిని వేరు చేయలేదు!".

ప్రేమ్ తన మనసులోని ఆవేదనంతటిని ఒక ఉత్తరంగా మలిచి స్వేచ్ఛకు పంపిస్తాడు. అది ఆమెకు అందుతుందో లేదో అని ప్రాణం అరచేతిలో పెట్టుకుని ఎదురుచూస్తుంటాడు. సరిగ్గా ఆ ఉత్తరం అందే సమయానికి స్వేచ్ఛ బయటికి వస్తుంది. అది గమనించిన బావ, ఆ ఉత్తరాన్ని ఆమె చదవకుండా ఆపడానికి ఒక కొత్త నాటకం ఆడతాడు. తను అది తెరిచే లోపే వచ్చి.. 'స్వేచ్ఛ, నీకు ఒక వీడియో చూపించాలి. ఇది మామయ్య గారు నీ కోసం ప్రత్యేకంగా తీశారు' అని అబద్ధం చెప్తాడు. నిజానికి ఆ వీడియో తను ముందే చూసిందని అతనికి తెలుసు, కాని ఆ ఉత్తరం నుండి ఆమె దృష్టి మళ్లించడమే అతని ప్లాన్. అతని మాటలు నమ్మి స్వేచ్ఛ ఆ ఉత్తరాన్ని పక్కన పెట్టి వెళ్ళిపోతుంది. తీరా తర్వాత వచ్చిచూస్తే ఆ ఉత్తరం అక్కడ ఉండదు. ఇల్లు మొత్తం వెతికినా దొరకకపోయే నిరాశతో వదిలేస్తుంది. ప్రేమ్ ఆగలేక, స్వేచ్ఛ స్నేహితురాలిని వాళ్ళ ఇంటికి పంపిస్తాడు.. పెళ్లి ఎక్కడో కనుక్కోమని. కానీ తను వెళ్ళినప్పుడు స్వేచ్ఛ ఇంట్లో ఉండదు. బావను

అడిగితే, అతనికి అనుమానం వచ్చి కావాలనే ఒక తప్పుడు అడ్రస్ చెప్తాడు. ఆ సమాచారమే ప్రేమ్ కి చేరుతుంది. స్వేచ్ఛను శాశ్వతంగా కోల్పోతున్నాననే భయం ప్రేమను వెంటాడుతున్నా, తన 'చివరి ప్రయత్నం' ఆపడు. నిజానికి ప్రేమలో ఎప్పటికీ చివరి ప్రయత్నం అంటూ ఉండదు.. అది నిరంతర పోరాటం!

పెళ్లికి అంతా సిద్ధమైంది. స్వేచ్ఛ, వాళ్ల అమ్మ, బావ అందరూ కలిసి రైల్వే స్టేషన్ కి బయలుదేరుతారు. వెళ్తూ వెళ్తూ స్వేచ్ఛ తన స్నేహితురాలిని కూడా తోడుగా రమ్మని అడుగుతుంది. అలా నలుగురు కలిసి రైలు ఎక్కుతారు. పెళ్లికి ఇంకా ఒక్కరోజు సమయం మాత్రమే ఉన్నా, స్వేచ్ఛకు మాత్రం ఆ విషయం తెలిదు. 'ఎందుకు వెళ్తున్నాం?' అని అడిగితే, 'మీ నాన్నమ్మకు ఆరోగ్యం బాలేదు, చూసి వద్దాం' అని బావ, అమ్మ కలిసి స్వేచ్ఛ ను నమ్మిస్తారు.

ప్రేమ్ కి ఏం చేయాలో తోచని స్థితిలో ఒక ఆలోచన వస్తుంది. తమ ప్రేమ విషయం స్వేచ్ఛ వాళ్ల అమ్మకు తెలియదు కాబట్టి, నేరుగా ఇంటికే వెళ్లి మాట్లాడదాం అనుకుంటారు. కానీ అక్కడికి వెళ్లాక ఇల్లు తాళం వేసి ఉండటంతో నిరాశ చెందుతాడు. తన ప్రేమని కాపాడుకోవడానికి తను చేస్తున్న పోరాటంలో ఏదో ఒక అద్భుతం జరగాలని కోరుకుంటూ..

స్నేహితురాలు చెప్పిన ఆ తప్పుడు అడ్రస్ వైపే ప్రేమ్ కూడా తన ప్రయాణాన్ని మొదలుపెడతాడు."

స్వేచ్ఛ రైలు ప్రయాణం సగం దూరం సాగాక.. స్వేచ్ఛకు ఎదురుగా ఒక చిన్న పాప ఏడుస్తూ కనిపిస్తుంది. ఆ పాప ఏడుపు చూడలేక వాళ్ళ నాన్నను అడుగుతుంది. 'ఎందుకు ఆ పాప అంతలా ఏడుస్తోంది?' అని.

'మా అమ్మాయికి రైలు ద్వారం దగ్గరికి వెళ్ళి గాలిని ఆస్వాదించాలి అని ఉంది తల్లి.. కానీ అక్కడికి వెళ్లడం ప్రమాదం అని ఎంత చెప్పినా వినడం లేదు' అని చెప్తూనే, 'సరే అమ్మా, ఇంక వెళ్లక తప్పదు' అని ఆ పాపను తీసుకుని ముందుకువెళ్తుంటాడు. స్వేచ్ఛ ఆశ్చర్యంగా, 'మీరే కదా ప్రమాదం అన్నారు.. మళ్ళీ ఇప్పుడే తీసుకెళ్తున్నారు ఏంటి?' అని అడుగుతుంది.

దానికి ఆ తండ్రి చిన్నగా నవ్వి.. 'అక్కడికి వెళ్లడం ప్రమాదమే కావచ్చు, కానీ నా కూతురి సంతోషం నాకు అంతకంటే ముఖ్యం! అక్కడికి వెళ్తే తను చాలా సంతోషంగా ఉంటుంది. అది చూస్తే చాలు నాకు' అని చెప్తాడు. వెళ్తూ వెళ్తూ ఆయన అన్న ఆ మాటలు స్వేచ్ఛ గుండెల్లో తూటాల్లా తగిలాయి:

'నేనే కాదు తల్లి, ఏ నిజమైన తండ్రి అయినా తన కూతురి సంతోషమే కోరుకుంటాడు. తను ఏ వయసులో ఉన్నా తండ్రికి తను చిన్న పాపే. తన కూతురు ఎక్కడ ఉన్నా, ఎవరితో ఉన్నా ఆనందంగా ఉండాలనే అనుకుంటాడు తప్ప.. తన స్వార్థం కోసం ఎప్పుడూ ఆలోచించడు!'

మాటలు విన్నాక స్వేచ్ఛ ఒక్కసారిగా ఆలోచనలో పడిపోయింది. 'అవును.. నాన్న నాకు ఇష్టం లేకుండా ఎప్పుడూ ఏదీ చేయలేదు. నన్ను ఒక్క మాట అడగకుండా ఏ నిర్ణయమూ తీసుకోలేదు. నాన్న బ్రతికి ఉంటే నన్ను, నా ప్రేమను కచ్చితంగా అర్థం చేసుకునే వారు. అసలు ఆ వీడియో వెనుక ఉన్న నిజం ఏమై ఉంటుంది? మా నాన్న ఎప్పుడూ అనేవారు.. నీ సంతోషమే నా

సంతోషం తల్లి అని! మరి ఇప్పుడు నేను ఇలా బాధపడుతుంటే ఆయన పై నుంచి చూసి ఎంత తల్లడిల్లిపోతుంటారో కదా? ఇదంతా నా తప్పే! ఏమీ ఆలోచించకుండా ఆవేశంలో, బాధలో నా ప్రేమ్ ని చాలా బాధపెట్టాను. ఈ ప్రయాణం ముగించుకుని ఇంటికి వెళ్ళాక ప్రేమ్ ని కలవాలి, తనకి క్షమాపణ చెప్పాలి' అని మనసులో నిశ్చయించుకుంటుంది.

స్వేచ్ఛ మనసు తేలిక పడటంతో, తనకు కనువిప్పు కలిగించిన ఆ వ్యక్తికి ధన్యవాదాలు చెప్పాలని వెతుకుతుంది. కానీ ఆశ్చర్యం! ఆ రైలు బోగీలో ఆ వ్యక్తి ఎక్కడా కనిపించడు. ఎవరిని అడిగినా 'మేము అసలు అలాంటి వ్యక్తిని చూడనే లేదు' అని సమాధానం ఇస్తారు. అప్పుడు స్వేచ్ఛ కళ్ళల్లో నీళ్లు సుడులు తిరిగాయి.. 'నాన్న! ఇదంతా నువ్వే నాకు తెలిసేలా చేశావా? ఆ రూపంలో వచ్చి నా కళ్ళు తెరిపించావా?' అని మనసులోనే కృతజ్ఞత చెప్పకుంటూ ఏడ్చేస్తుంది. సరిగ్గా అప్పుడే.. బావ పక్కన లేని సమయం చూసి, స్వేచ్ఛ స్నేహితురాలు దగ్గరికి వచ్చి అసలు విషయం చెప్తుంది. 'స్వేచ్ఛ.. ప్రేమ్ గురించి మీ బావకు ఎవరో కాల్ చేసి మాట్లాడారు, అది నీ మీద కోపంతోనే చేసారు' అని తను విన్నది చెప్తుంది. ఆ మాట వినగానే స్వేచ్ఛకు ఒక్కసారిగా గందరగోళం మొదలైంది.

'అసలు నాకూ, ప్రేమ్ కి మధ్య ప్రేమ ఉన్న సంగతి బావకు ఎలా తెలిసింది?' అని ఆలోచిస్తుండగానే.. బావ బ్యాగ్ నుండి ఒక కాగితం కింద పడుతుంది.

అది తీసి చూస్తే.. అది ప్రేమ్ రాసిన ఉత్తరం! 'ఈ ఉత్తరం బావ దగ్గర ఎందుకుంది? అసలు ఏం జరుగుతోంది? వెళ్లి బావనే అడగాలి' అని ఆవేశంగా వెళ్తుంది. వెళ్తుండగా బావ ఎవరో ఫ్రెండ్ తో ఫోన్లో నవ్వుతూ మాట్లాడుతుండటం వినిపిస్తుంది.. 'మరదలిని మోసం చేయడం చాలా తేలిక రా.. త్వరలోనే పెళ్లి కూడా అయిపోతుంది!' అన్న మాట వినగానే స్వేచ్ఛ ప్రపంచం ఒక్కసారిగా కుప్పకూలిపోయింది.

రైలు లో ఒక ప్రమాదకరమైన అంచున నిలబడుతుంది. 'బావ! నువ్వు నన్ను మోసం చేశావా? ఏం జరిగిందో ఇప్పుడే నిజం చెప్పాలి. లేకపోతే ఇక్కడి నుంచి దూకేస్తాను! ఎలాగో నా అనుకున్న వాళ్లకి దూరంగా ఉంటూ నరకం చూస్తున్నాను.. నాకు చావడం చాలా తేలిక. నువ్వు నిజం చెప్పకపోతే ఒక్క క్షణం కూడా ఆలోచించను! అని అరుస్తుంది.

వాళ్ల బావకు వేరే దారి లేక, స్వేచ్ఛ తెగింపు చూసి భయపడి నిజం ఒప్పుకుంటాడు. 'స్వేచ్ఛ! అంతా చెప్తా విను.. ఆ రోజు మామయ్య నీ పుట్టినరోజు కోసం ఒక వీడియో తీశారు. కానీ ఆయన మరణం తర్వాత.. నేను దాన్ని తెలివిగా ఎడిట్ చేశాను. నువ్వు ప్రేమ్ నీ అపార్థం చేసుకునేలా కేవలం ఆ కొంచెం భాగాన్ని మాత్రమే ఉంచి, నువ్వు చూసేలా ప్లాన్ చేశాను' అని గొంతులో వణుకుతో నిజం ఒప్పుకున్నాడు." బావ భయంతో ఆ వీడియోలోని అసలు నిజాన్ని విప్పి చెప్పాడు. నాన్న ఆ వీడియోలో అన్న

మొదటి మాటలు: 'నా స్వేచ్ఛకు వాళ్ల బావతో పెళ్లి చేయాలి అనుకుంటున్నాను. తనని అడుగుదాం అనుకున్నాను. నా మాట తను కాదు అనదని నాకు నమ్మకం ఉంది. నా చివరి కోరిక ఇదే..' కానీ స్వేచ్ఛ అది నమ్మలేదు. 'బావ! నువ్వు అబద్ధం చెబుతున్నావు. ఆ వీడియోలో ఇంకా ఏదో ఉంది. అది కూడా బయటపెట్టు!' అని నిలదీసింది. అప్పుడు బావ ఆ వీడియోలోని అసలు భాగాన్ని చూపించక తప్పలేదు. అందులో నాన్న గొంతులో ఎంతటి ప్రేముందో అప్పుడు తెలిసింది: 'కానీ స్వేచ్ఛ.. నీ ఇష్టం లేకుండా నేను ఏమీ చేయను తల్లి. నీ సంతోషమే నాకు కావాలి. రేపు నేను ఈ భూమి మీద లేకపోయినా నిన్ను చూస్తూనే ఉంటాను. నా మాట వినకపోయినా పర్లేదు. నీ నిర్ణయం నీకు ఆనందాన్ని ఇస్తే అదే నాకు పదివేలు! చివరిగా.. HAPPY BIRTHDAY RA NAA CHITTI THALLI! ఎప్పుడూ నవ్వుతూ ఉండాలి.. ప్రేమతో మీ నాన్న!' ఆ మాటలు వినగానే స్వేచ్ఛ అక్కడే కుప్పకూలిపోయింది. కన్నీళ్లు ఆనకట్ట తెంచుకున్న ప్రవాహంలామారాయి.

*నిజాన్ని దాచడం అంటే సూర్యుడిని చేత్తో అడ్డుకోవాలని చూడటమే కదా!*

ఇంత నిజం బయటపడ్డాక కూడా బావలో స్వార్థం చావలేదు. అదృశ్యమైన ఆ వీడియో సాక్ష్యం దొరకకుండానే ఆమెను బలవంతంగా పెళ్లి చేసుకోవాలని చూస్తాడు. కానీ స్వేచ్ఛ మాత్రం ఆగలేదు.

ఆ రైలు ఆగుతుండగానే ప్రాణాలకు తెగించి దూకేసింది. ప్లాట్ఫామ్ మీద పిచ్చిదానిలా పరిగెత్తుతోంది. సరిగ్గా అదే సమయంలో.. బావ ఇచ్చిన తప్పుడు సమాచారం వల్ల పొరపాటున అదే స్టేషన్లో దిగుతాడు ప్రేమ్!

ప్రేమ్ గందరగోళంగా చుట్టూ వెతుకుతున్నాడు. స్వేచ్ఛ దూరం నుంచే అతడిని చూసింది. 'ప్రేమ్..!' అని గొంతు చించుకుని పిలవాలని ప్రయత్నిస్తుంటేనే.. వెనుక నుంచి రాక్షసుడిలా వచ్చిన బావ, ఒక్కసారిగా ఆమె నోరు మూసేశాడు. తను కేక వేయకుండా అడ్డుకుని, తన బలాన్నంతా ఉపయోగించి మళ్లీ రైలు లోపలికి బలవంతంగా ఈడ్చుకుపోయాడు. ప్రేమ్ తనకి అడుగుల దూరంలోనే ఉన్నా, స్వేచ్ఛ ఆవేదన అతనికి చేరలేదు. రైలు కదలడం మొదలైంది!" రైలు లోపలికి వెళ్ళగానే, స్వేచ్ఛ పడుతున్న ఆ కంగారును, తన కళ్ళలోని భయాన్ని చూసి

వాళ్ళ అమ్మ నిశ్చేష్టురాలైంది. 'ఏం జరుగుతోంది అసలు? ఎందుకు అలా ప్రవర్తిస్తున్నావు?' అని నిలదీసింది. స్వేచ్ఛ అప్పటికే నిస్సహాయతలో, గుండె నిండా భారంతో ఏడుస్తోంది.

అప్పుడు వాళ్ళ బావ.. తన కుట్రను కప్పిపుచ్చుకోవడానికి అమ్మ దగ్గర కొత్త నాటకం మొదలుపెట్టాడు. 'చూశావత్తా.. నీ కూతురు ఎవరినో ప్రేమించిందట! వాడి కోసమే వెళ్ళిపోతాను అని రచ్చ చేస్తోంది.

ఇందాక స్టేషన్లో వాడిని చూసి నా చెయ్యి వదిలించుకుని వెళ్ళిపోతుంటే.. కష్టపడి ఆపి తీసుకువచ్చాను' అని పచ్చి అబద్ధాన్ని అమ్మ నమ్మేలా చెప్పాడు. ఆ మాట విని స్వేచ్ఛ వాళ్ళ అమ్మ షాక్ అయ్యింది. నమ్మలేనట్టు కూతురి వైపు చూసి.. 'అవునా? మీ బావ చెప్తున్నది నిజమేనా?' అని అడిగింది. ఆవిడ కళ్ళలో అప్పటిదాకా ఉన్న ప్రేమ పోయి, కోపం.. అంతకు మించిన బాధ కనిపించాయి. స్వేచ్ఛ వణికిపోతూ, 'అమ్మా.. నేను ప్రేమించిన మాట నిజమే! కానీ బావ నిన్ను మోసం చేస్తున్నాడు.. ఆ వీడియో గురించి నాన్న అసలు ఏం చెప్పారంటే..' అని చెబుతుండగానే, వాళ్ళు దిగాల్సిన స్టేషన్ వచ్చేసింది. అమ్మా.. నేను చెప్పేది విను' అని స్వేచ్ఛ ఎంత బ్రతిమిలాడినా, ఆవిడ వినే స్థితిలో లేదు. పరువు అనే మత్తులో మునిగిపోయి, స్వేచ్ఛ మాటలను మధ్యలోనే తుంచేసింది. బావ వైపు తిరిగి ఇలా చెప్పింది:

నువ్వు ఏం చేస్తావో ఏమో నాకు తెలియదు కానీ.. అనుకున్న ముహూర్తానికి తనకి నీతో పెళ్లి జరిగిపోవాలి! మన చుట్టాలందరికి ఇప్పటికే ఈ పెళ్లి గురించి తెలిసిపోయింది. ఇప్పుడు గనుక పెళ్లి ఆగిపోతే .. మీ మామయ్య సంపాదించిన పరువు, గౌరవం ఏమవ్వాలి? చనిపోయిన ఆయన పరువు బజారులో పడకూడదు. కాబట్టి రేపు ముహూర్తానికి పెళ్లి జరగాల్సిందే!'

ఆ మాటలు ఒక తీర్పులా చెప్పి, స్వేచ్ఛ కన్నీటిని కూడా చూడకుండా ఆవిడ అక్కడి నుంచి వెళ్ళిపోయింది.

ఒక్క క్షణం క్రితం వరకు నాన్న ప్రేమను గుర్తించిమురిసిపోయిన స్వేచ్ఛకు.. ఇప్పుడు అమ్మ మాటే ఒక పెద్ద సంకెళ్లలా మారిపోయింది."

నిజమే కదా.. ఆడపిల్ల పుట్టినప్పటి నుండి పెరిగి పెద్దయ్యే వరకు తల్లిదండ్రులు అన్నీ ఇస్తారు. కానీ పెళ్లి విషయానికి వచ్చేసరికి మాత్రం పరువు, ప్రతిష్ఠ, గౌరవం వంటివి కంటికి కనబడని వాటి గురించి ఆలోచించి ఇష్టం లేని పెళ్లి చేస్తారు. కానీ.. రేపు నేను కష్టంగా బ్రతుకుతుంటే.

. ఈ పరువు వచ్చి నన్ను ఓదార్చదు కదా? నేను సంతోషంగా ఉంటేనే కదా ఆ పరువుకి ఒక విలువ ఉండేది!

మనసు చంపుకొని బ్రతికే జీవితంలో గౌరవం ఉన్నా అది నరకంతో సమానం అని వాళ్ళు ఎందుకు అర్థం చేసుకోరు?

*మనసులో నచ్చిన వాడు తోడుంటేనే కదా జీవితమంతా ఆనందంగా ఉండేది. నా లాంటి ఎందరో ఆడపిల్లలు ప్రేమకు న్యాయం చేయాలనో, లేదా తల్లిదండ్రులు భయపెడితే ఆ భయంతోనో ఇష్టం లేని పెళ్లి చేసుకుని జీవితాన్ని భారం చేసుకుంటున్నారు.*

కానీ నాకు ఇప్పుడు ఒక్కటి మాత్రం నిజమనిపిస్తోంది... ధైర్యం చేసి ప్రేమించిన వాడిని పెళ్లి చేసుకుంటే, జీవితం ఒకవేళ కష్టంగా ఉన్నా కూడా, ఆ మనిషి ఇచ్చే ప్రేమను చూసి ఆనందంగా బతికేయొచ్చు. మనసు

చంపుకుని బతికే వంద ఏళ్ళ విలాసవంతమైన జీవితం కంటే, మనసుకి నచ్చిన వాడితో గడిపే ఒక్క క్షణం నన్ను నిజమైన మహారాణిని చేస్తుంది! నేను ప్రేమ్ దగ్గరికి వెళ్తే.. ఈరోజు కాకపోయినా రేపైనా అమ్మను మళ్ళీ కలుసుకోవచ్చు, తన మనసు గెలుచుకోవచ్చు. ఎందుకంటే రక్తసంబంధాలు ఎప్పుడూ తెగిపోవు, కోపం తగ్గాక ప్రేమగా దగ్గరకు తీసుకుంటాయి. కానీ, నా మనసుకి నచ్చిన, నన్ను ప్రాణంగా ప్రేమించే ప్రేమ్ ని ఒక్కసారి వదులుకుంటే మాత్రం.. ఈ జీవితంలో తనని మళ్ళీ తిరిగి పొందలేను. ఆ శూన్యాన్ని ఏ బంధం కూడా పూడ్చలేదు.

జీవితంలో నాకు లభించేది ఒక్కటే. నన్ను అర్థం చేసుకునే, నా పట్ల నిజాయితీగా ఉండే సరైన తోడు దొరికినప్పుడు, ఏ కారణం చేత కూడా తనని వదులుకోకూడదు. మనుషులు దూరమైతే వెతుక్కోవచ్చు కానీ, మనసు చచ్చిపోతే ఏ కాలం కూడా దానికి ప్రాణం పోయలేదు!

" ప్రేమలో ప్రతి ఒక్క క్షణం విలువైనది దాన్ని ఉపయోగించుకోక పొతే చూడలేని బాధను మోయలేని భారాన్ని ఇస్తుంది.

అలా ఆలోచనలోనే చీకటి అవుతుంది బయట కటిక చీకటి.. వర్షం హోరున కురుస్తోంది. ప్రేమ్ ఆ తెలియని ఊరి బస్టాండ్ అరుగు మీద ముడుచుకుని కూర్చుని ఉన్నాడు. బావ తప్పుడు అడ్రస్ ఇచ్చి తనని ఇలా ఊరు కాని ఊరు పంపించినందుకు తనని తనే నిందించుకుంటున్నాడు. సరిగ్గా అప్పుడే కొత్త నెంబర్ నుంచి కాల్ వచ్చింది.

స్వేచ్ఛ: (అవతలి వైపు నుండి వినిపించి వినిపించని గొంతుతో, ఏడుస్తూ) "ప్రేమ్... వింటున్నావా? నా సర్వం కోల్పోయినట్టు ఉంది ప్రేమ్.."

ప్రేమ్: "స్వేచ్ఛా! ఏమైంది? ఎందుకు అంతగా ఏడుస్తున్నావు? నేను ఎలాగోలా రేపు ఉదయానికల్లా అక్కడికి చేరుకుంటాను."

స్వేచ్ఛ: "సమయం లేదు ప్రేమ్.. అమ్మ పెళ్లికి ఒప్పుకుంది. నాన్న చనిపోయిన బాధలో ఉన్న అమ్మని బావ తన మాయమాటలతో నమ్మించేశాడు. తన

పరువు కోసం, నాన్న ఆత్మశాంతి కోసం ఈ పెళ్లి జరగాల్సిందే అని అమ్మ మొండిగా ఉంది. బావ ఏమో నాన్న చనిపోయే ముందు తీసిన ఒక వీడియోని తన దగ్గరే దాచి పెట్టుకున్నాడు. అది ఇంకా అమ్మకి కూడా చూపించలేదు.

" ప్రేమ్: "వీడియో ఉంటే అది మనకి మంచిదే కదా స్వేచ్ఛా?

స్వేచ్ఛ: "అక్కడే బావ వెన్నుపోటు పొడిచాడు ప్రేమ్! ఆ వీడియోని బావ ఎడిట్ చేశాడు. నాన్న చెప్పిన అసలు మాటల్ని తీసేసి, తను అనుకున్నట్టుగా మార్చేశాడు.

ప్రేమ్: "అంటే ఆ నిజమైన వీడియో ఇంకా ఎవరూ చూడలేదా? అమ్మకి కూడా తెలియదా?"

స్వేచ్ఛ: "లేదు, అది తన ఫోన్ లోనే ఉంది. ఆ వీడియో చూపిస్తే ఇక నేను ఏమీ చేయలేనని వాడి నమ్మకం.

అమ్మ పెళ్లికి ఒప్పుకున్నా, ఇంకా నాన్న మీద ప్రేమతో ఏదో ఒక మూల ఆలోచిస్తుందేమో అని వాడికి భయం. అందుకే ఆ వీడియోని ఆఖరి ఆయుధంగా వాడుకోబోతున్నాడు. నాకు చాలా భయంగా ఉంది ప్రేమ్.. నాన్న ఉంటే నన్ను ఇలా వదిలేసేవారు కాదు."

ప్రేమ్: (కన్నీళ్లతో) "స్వేచ్ఛా.. ఒక్క రాత్రి ఓపిక పట్టు. ఆ వీడియో అసలు రంగు బయటపెడతాను. ఆ బావ గాడి ముసుగు తొలగిస్తాను. వాడు మనల్ని విడదీయాలని ఎంత ప్లాన్ చేసినా, మన ప్రేమ నిజమైతే మనకి ఏం కాదు.

స్వేచ్ఛ: "ప్రేమ్.. బావ మనుషులు చాలా జాగ్రత్తగా ఉన్నారు. నువ్వు వస్తున్నావని తెలిస్తే ఏమైనా చేస్తారు. కానీ నువ్వు రాకపోతే నా ప్రాణం ఉండదు ఆ మాటల్లో తను ఉన్న ఊరి పేరు చెప్తుంది

ఫోన్ కట్ అయిపోయింది. తిరిగి చేసిన కలవట్లేదు. ఆ నిశ్శబ్దంలో కేవలం వర్షం చప్పుడు తప్ప ప్రేమ్ కి ఇంకేమీ వినిపించడం లేదు. అప్పటివరకు వినిపించిన స్వేచ్ఛ వెక్కుళ్ళు అతని చెవుల్లో ఇంకా మారుమోగుతూనే ఉన్నాయి. ఆమె అన్న చివరి మాట "నువ్వు రాకపోతే నా ప్రాణం ఉండదు"— అతని గుండెల్లో బాకులా గుచ్చుకుంది. ప్రేమ్ పిచ్చివాడిలా తన చుట్టూ తాను చూసుకున్నాడు. ఆ చీకటి బస్టాండ్ లో కనీసం దీపం కూడా వెలగడం లేదు. తడిసిన బట్టలతో, గడ్డకట్టే చలిలో అతని శరీరం వణుకుతుంది, కానీ అతని మనసు మాత్రం స్వేచ్ఛ కోసం రగిలిపోతోంది.

ప్రేమ్ ఆవేదన : "ఛీ.. నా బతుకు ఇంత దౌర్భాగ్యంగా మారిందేంటి? ఎవరినో నమ్మి, ఎక్కడికో వచ్చి.. ఇప్పుడు నా ప్రాణం లాంటి స్వేచ్ఛ ఆపదలో

ఉంటే కనీసం ఆమె దగ్గరికి వెళ్లలేకపోతున్నాను. ఆ బావ గాడు ఎంతటి దుర్మార్గుడు! నాన్నగారి ఆఖరి జ్ఞాపకాన్ని కూడా ఎడిట్ చేసి, మా ప్రేమను చంపేయాలనుకుంటున్నాడా? లేదు.. నేను ఇక్కడే ఆగిపోకూడదు. నా శ్వాస ఉన్నంత వరకు వాడిని తాళి కట్టనివ్వను." ప్రేమ్ తన జేబులు తడుముకున్నాడు. పర్సులో ఉన్న కొద్దిపాటి డబ్బులు కూడా తడిసిపోయాయి.

అదే సమయంలో, ఆ వర్షంలో దూరం నుండి ఒక లారీ లైట్లు కనిపించాయి. అది ఈ ఊరి వైపు వస్తుందో లేక వెళ్ళిపోతుందో తెలియదు. ప్రేమ్ ఒక్కసారిగా రోడ్డు మీదకు పరిగెత్తాడు.

"ఆపండి! ప్లీజ్ ఆపండి!" అని కేకలు వేస్తూ ఆ వర్షంలో చేతులు ఊపుతున్నాడు. కానీ ఆ లారీ వేగంగా వెళ్ళిపోయింది. ప్రేమ్ ఆ బురదలోనే మోకాళ్ల మీద పడిపోయాడు. అతని కళ్ళ నుండి వస్తున్న కన్నీళ్లు ఆ వర్షపు నీటిలో కలిసిపోతున్నాయి. కానీ అతను మళ్ళీ లేచి నిలబడ్డాడు. అతని కళ్ళలో ఇప్పుడు ఒక తెలియని తెగింపు కనిపిస్తోంది.

ప్రేమ్ మనసులో మాట:"స్వేచ్ఛా.. నువ్వు నా మీద ఒట్టు వేశావు. ఆ ఒట్టు నిలబెట్టుకోవడం కోసమైనా నేను వస్తాను. గాలిలో కలిసిపోయిన నీ

ఏడుపుని నేను విన్నాను.. ఆ ఏడుపు ఆగే వరకు నేను ఆగను. ఈ రాత్రి నాకు నిద్ర లేదు.. ఈ వర్షం నన్ను ఆపలేదు."

ప్రేమ్ అడుగులు వేయడం మొదలుపెట్టాడు. ఎక్కడికి వెళ్తున్నాడో తెలియదు. ఎంత దూరం నడవాలో తెలియదు. కానీ అతని గురి మాత్రం ఆ పెళ్లి మండపం. ఆ ఎడిట్ చేసిన వీడియో వెనుక ఉన్న నిజాన్ని బయటపెట్టడమే అతని లక్ష్యం. దారిలో కనిపించే ప్రతి రాయి, ప్రతి చెట్టు అతనికి స్వేచ్ఛనే గుర్తు చేస్తున్నాయి. నడుస్తున్న కొద్దీ అతని కాళ్లు భారమవుతున్నాయి, కానీ గుండె మాత్రం వేగంగా కొట్టుకుంటోంది.

ఆ రాత్రికి ముగింపు ఎక్కడుందో.. ఆ ప్రేమకు గమ్యం ఎక్కడుందో.. ఆ వర్షానికే తెలియాలి.

ప్రేమ్ అడుగులు తడబడుతున్నాయి. వర్షం తగ్గుముఖం పట్టడం లేదు , గాలి వాన ఇంకా ఎక్కువవుతోంది. ఆ కటిక చీకట్లో రోడ్డు ఎక్కడుందో, గట్టు ఎక్కడుందో కూడా తెలియడం లేదు. కానీ అతని మనసులో మాత్రం స్వేచ్ఛ మాటలే ప్రతిధ్వనిస్తున్నాయి. "తాళి కట్టే లోపు నేను ఏదో ఒకటి చేసుకుంటాను ప్రేమ్.." అన్న ఆమె మాటలు అతన్ని నిలవనీయడం లేదు".

ప్రేమ్ ఆవేదన:ప్రేమ్ రోడ్డు పక్కన ఉన్న ఒక పాత మైలురాయి మీద చతికిలబడ్డాడు. కాళ్లు మొద్దుబారిపోయాయి. "భగవంతుడా! నా ప్రేమ నిజమైతే నాకు ఏదో ఒక దారి చూపించు. నా కోసం ఒక ప్రాణం ఎదురుచూస్తోంది. ఆమెకి ఏమైనా అయితే నేను నన్ను క్షమించుకోలేను" అని గట్టిగా అరిచాడు. ఆ అరుపు వర్షం హోరులో కలిసిపోయింది తప్ప ఎవరికీ వినిపించలేదు.

*" సుఖంగా సాగిపోయేది కాలక్షేపం మాత్రమే.. కష్టాలను దాటుకొని వచ్చేదే నిజమైన ప్రేమ"*

సరిగ్గా అప్పుడే.. దూరంగా ఒక చిన్న వెలుతురు కనిపించింది. ఏదో వాహనం వస్తోంది! ప్రేమ్ లో మళ్ళీ ఆశ చిగురించింది. ఈసారి ఎలాగైనా ఆపాలి. ప్రాణాలకు తెగించి రోడ్డుకి అడ్డంగా వెళ్ళి నిలబడ్డాడు.

దగ్గరకు వచ్చేసరికి అది ఒక పాత గూడ్స్ ట్రాక్టర్. ఇంజిన్ చప్పుడు భయంకరంగా వినిపిస్తోంది. డ్రైవర్ సడన్ బ్రేక్ వేశాడు.

డ్రైవర్: (కోపంగా) "ఏయ్! ఎవడ్రా నువ్వు? చావాలని ఉందా? ఈ అర్ధరాత్రి వర్షంలో రోడ్డుకి అడ్డంగా వస్తావేంటి?

ప్రేమ్: (డ్రైవర్ కాళ్లు పట్టుకున్నంత పని చేస్తూ) "అన్నా.. ప్లీజ్ అన్నా... నేను ఎలాగైనా 'రామవరం' (స్వేచ్ఛ చెప్పిన ఊరు) వెళ్ళాలి.

నా సర్వం అక్కడ ఆగిపోయింది. అక్కడ ఒక ప్రాణం నా కోసం ఎదురుచూస్తోంది. ప్లీజ్ నన్ను తీసుకెళ్ళండి."

డ్రైవర్: "రామవరమా? ఈ వానలో అక్కడికి వెళ్లడం అంటే ప్రాణాలతో చెలగాటమే. పైగా అటు వైపు వాగు పొంగుతోంది. ట్రాక్టర్ కూడా వెళ్లలేదు."

ప్రేమ్: "అన్నా.. మీరు ఎక్కడి వరకు వెళ్తే అక్కడికే తీసుకెళ్ళండి. మిగతా దూరం నేను నడిచైనా వెళ్తాను. ఈ ఉపకారం జన్మలో మర్చిపోను."

ప్రేమ్ కళ్లలోని ఆవేదన చూసి ఆ డ్రైవర్ మనసు కరిగింది. "సరే.. ఎక్కు. కానీ ఆ వాగు దగ్గర నీ దారి నువ్వు చూసుకోవాలి" అన్నాడు. ప్రేమ్ ఆ తడిసిన బట్టలతోనే ట్రాక్టర్ వెనుక ఉన్న ఖాళీ స్థలంలో ఎక్కాడు. ట్రాక్టర్ కదులుతోంది.. కానీ ప్రేమ్ కి మాత్రం అది నత్తనడకలా అనిపిస్తోంది.

" *వదిలేయడం తెలిస్తే అది ప్రేమే కాదు.. ప్రాణం పోయే వరకు తోడు నిలబడటమే నిజమైన ప్రేమ*""

ప్రేమ్ ఆలోచనలు:ట్రాక్టర్ కుదుపులకు ప్రేమ్ శరీరం అటు ఇటు పడుతున్నా, అతని దృష్టి మాత్రం చీకటిని చీల్చుకుంటూ ముందుకు వెళ్తున్న ఆ హెడ్ లైట్స్ మీదే ఉంది. "స్వేచ్ఛా.. ఇంకొక్క కొన్ని గంటలు. నేను వస్తున్నాను. ఆ బావ గాడి కుట్రను,ఆ అబద్ధపు వీడియోని ముక్కలు ముక్కలు చేస్తాను. నీ కన్నీళ్లు తుడిచే వరకు నేను విశ్రమించను.".

ట్రాక్టర్ వెళుతుంటే.. మనసులో పాత జ్ఞాపకాలు మెదులుతున్నాయి. కలిసి మాట్లాడుకున్న క్షణాలు, ఆమె నవ్వు.. ఇవన్నీ ఇప్పుడు ఒక యుద్ధంలా అనిపిస్తున్నాయి. ఒకవైపు కాలం వేగంగా పరిగెడుతోంది.. మరోవైపు ప్రేమ్ ఆశలు ఆ ట్రాక్టర్ చప్పుడుతో పోటీ పడుతున్నాయి.

పెళ్లి ఇంట్లో సందడి మొదలైంది. ఊరి జనం అంతా వస్తున్నారు. అమ్మ మాత్రం స్వేచ్ఛ గదిలో ఆఖరి నిమిషం పనులు చూస్తోంది. అమ్మ కళ్లలో నీళ్లు తిరుగుతున్నాయి.. తన భర్త లేని లోటు కనిపిస్తోంది, కానీ బావ చెప్పిన మాయమాటల వల్ల ఈ పెళ్లి తన కూతురు భవిష్యత్తుకి మంచిది అని గట్టిగా నమ్ముతోంది.

అమ్మ: "స్వేచ్ఛా.. ఏడవకు తల్లి. నీ పెళ్లి చూసి మీ నాన్న ఆత్మ శాంతించాలి. బావ నీకు ఏ లోటూ రానివ్వడు, ఆయన లేని లోటు తీరుస్తాడు."

స్వేచ్ఛ: (లోలోపల కుమిలిపోతూ) "అమ్మా.. నీకు అసలు నిజం తెలియదు. నాన్న చనిపోయే ముందు ఏం చెప్పారో నీకు తెలియదు. నువ్వు కేవలం బావ చెప్పిన మాటలే వింటున్నావు."

అమ్మ: "ఏంటమ్మా నీ బాధ? బావ మన కుటుంబం కోసం ఎంత తాపత్రయ పడుతున్నాడో చూస్తున్నావు కదా! ఈ పెళ్లి తర్వాత నీకే అర్థమవుతుంది."

అమ్మకి అసలు ఆ వీడియో గురించి గానీ, బావ చేస్తున్న కుట్ర గురించి గానీ ఏమీ తెలియదు. బావ ఆ వీడియోని ఒక బ్రహ్మాస్త్రంలా దాచుకున్నాడు. ఒకవేళ పెళ్లి మండపంలో ఎవరైనా అడ్డు చెప్పినా, లేదా స్వేచ్ఛ తన ఇష్టం

లేదని నిలదీసినా.. అప్పుడు ఆ "ఎడిట్ చేసిన వీడియో" బయటపెట్టి, ఇది మీ నాన్న ఆఖరి కోరిక అని అమ్మని, ఊరి జనాన్ని నమ్మించాలని వాడి ప్లాన్.

### ప్రేమ్ పోరాటం - ఆ పొంగుతున్న వాగు:

మరోవైపు, ఆ పాత ట్రాక్టర్ ఒక పొంగుతున్న వాగు దగ్గర ఆగిపోయింది. వర్షం వల్ల కొండల నుండి నీరు ఉధృతంగా వస్తోంది. రోడ్డు మొత్తం నీటితో నిండిపోయింది.

డ్రైవర్: "తమ్ముడూ.. ఇక నేను రాలేను. ఈ వాగు దాటడం అంటే ఆత్మహత్యే మేలు.ఇవతలే ఆగిపోదాం, వాన తగ్గాక వెళ్దాం"

ప్రేమ్: "అన్నా.. వాన తగ్గే వరకు ఆగితే అక్కడ నా ప్రపంచం కాలిపోతుంది. నేను వెళ్లాలి.. ఎలాగైనా వెళ్లాలి!"

ప్రేమ్ ట్రాక్టర్ దిగి ఆ వాగు వైపు చూశాడు. నీరు భయంకరమైన శబ్దంలో ప్రవహిస్తోంది. చీకటిలో ఆ నీటి లోతు ఎంత ఉందో తెలియదు. కానీ అతనికి వినిపిస్తున్నదల్లా స్వేచ్ఛ ఏడుపు మాత్రమే.

మంగళ వాయిద్యాల హోరు పెరిగింది. పెళ్లి మండపం రంగురంగుల పూలతో, విద్యుత్ దీపాలతో తలతలా మెరిసిపోతోంది. కానీ ఆ వెలుగుల మధ్య స్వేచ్ఛ ముఖం మాత్రం పాలిపోయి ఉంది. బావ పట్టుబట్టలు కట్టుకుని, గెలుపు నవ్వుతో పీటల మీద కూర్చున్నాడు. అతని కళ్లలో స్వేచ్ఛ మీద ప్రేమ కంటే, తను అనుకున్నది సాధించాననే అహంకారం ఎక్కువగా కనిపిస్తోంది.బావ మనసులో: ఇక నిన్ను ఎవరూ కాపాడలేరు స్వేచ్ఛా! ఆ ప్రేమ్ గాడు ఎక్కడో అడవిలో దిక్కులేకుండా పడి ఉంటాడు. ఈ తాళి పడితే నువ్వు నా సొంతం.పెళ్లి మండపంలో పంతులు గారు పదే పదే హెచ్చరిస్తున్నారు, "ముహూర్తం సమయం మించిపోతోంది, త్వరగా వధువును తీసుకురండి" అని. బావ పీటల మీద కూర్చుని కంగారుగా గడియారం చూస్తున్నాడు. బయట స్వేచ్ఛ గది దగ్గర హడావిడి మొదలైంది.

"అమ్మా స్వేచ్ఛా.. వస్తున్నాను అన్నావు కదే. లోపల గడియ పెట్టుకున్నావేంటి తల్లి? ముహూర్తం దగ్గర పడుతోంది. తలుపు తీయ్!" అని అమ్మ తలుపుల దగ్గర కంగారుపడుతుంది అలానే ఎంత పిలిచినా పలకదు ఇంకా బయట వాళ్ళ అమ్మ ఏడుస్తోంది. చుట్టూ ఉన్న జనం కూడా, "ఏమైంది? ఎందుకు తలుపు తీయడం లేదు?" అని గుసగుసలాడుకుంటున్నారు.

కానీ లోపల నుండి ఎలాంటి శబ్దమూ లేదు. స్వేచ్ఛ మౌనంగా కళ్లలో

కన్నీళ్లతో కూర్చుంది. అమ్మ ఎంత , బ్రతిమాలిన జనం ఎంత అరిచినా తను మాత్రం చలించడం లేదు.కానీ లోపల నుండి ఎలాంటి శబ్దమూ లేదు. . ఆమె మౌనం.....బావకి అర్థమైపోయింది.. తను ప్రేమ్ కోసం

ఎదురుచూస్తోందని! బావ ముఖంలో టెన్షన్ పెరిగిపోతోంది, "ఒకవేళ వాడు వస్తే నా ప్లాన్ అంతా పాడవుతుంది" అని మనసులో భయం మొదలైంది.

సరిగ్గా అప్పుడే.. ఒక పెద్ద శబ్దం! అందరూ షాక్ అయ్యి అటువైపు చూశారు. వాగును దాటుకొని, ఒళ్లంతా గాయాలతో, తడిసి ముద్దయిన ప్రేమ్ సింహంలా లోపలికి దూసుకొచ్చాడు. ఎవరూ ఊహించని విధంగా నేరుగా పీటల మీద ఉన్న బావ దగ్గరికి వెళ్లి గట్టిగా కాలర్ పట్టుకున్నాడు.

ప్రేమ్ (గట్టిగా గర్జిస్తూ): "ఒరేయ్! నీ అబద్ధాల కోట కూలిపోయే సమయం వచ్చిందిరా! స్వేచ్ఛ నా ప్రాణం... నా ప్రాణాన్ని తాకడానికి నువ్వు ఎవడవురా?" ఆ అరుపులు, ఆ గోల వినగానే స్వేచ్ఛ గుండెల్లో ప్రాణం లేచి వచ్చింది. ఆ గొంతు.. తన ప్రేమ్ గొంతు! అని వెంటనే గది గడియ తీసి, తలుపులు బార్లా తెరిచి బయటికి పరిగెత్తుకుంటూ వచ్చింది. అక్కడ తడిసిన బట్టలతో, గాయాలతో ఉన్న ప్రేమ్ ని చూడగానే తనని తాను మర్చిపోయి, అందరి ముందూ పరిగెత్తుకెళ్లి అతన్ని గట్టిగా కౌగిలించుకుంది ఆ కౌగిలిలో తన భయం అంతా కరిగిపోయింది.

స్వేచ్ఛ (ఏడుస్తూ): "వస్తావని తెలుసు ప్రేమ్.. నువ్వు వస్తావని నా మనసుకి తెలుసు!"

అక్కడున్న జనం, అమ్మ అంతా నోళ్ల మీద వేలేసుకుని చూస్తున్నారు. బావ ముఖం నల్లగా పాలిపోయింది, కళ్లలో ఓటమి భయం స్పష్టంగా కనిపిస్తోంది.

**నిజమైన ప్రేమకు దూరం ఉండదు, కేవలం కాలం పెట్టే పరీక్ష మాత్రమే ఉంటుంది!"**

ప్రేమ్ కౌగిలిలో సేదతీరిన స్వేచ్ఛ, ఒక్కసారిగా వెనక్కి తిరిగి కళ్లలో నిప్పులు కురిపిస్తూ అందరి వైపు చూసింది. మండపంలో ఉన్న జనం అంతా

"ఏంటిది? పెళ్లి పీటల మీద ఈ రభస ఏంటి?" అని గొణుగుతుండగా, స్వేచ్ఛ గొంతు పెంచి గర్జించింది.

స్వేచ్ఛ: "ఆపండి! ఇక చాలు మీ గుసగుసలు. ఇష్టం లేని పెళ్లిని బలవంతంగా నా మీద రుద్దాలని చూస్తున్న వీళ్లని అడగండి.. ఎందుకు ఇంతలా తెగబడుతున్నారో? అమ్మ.. నీ కన్నబిడ్డ మనసు నీకు అర్థం కాలేదా? నా

ఇష్టంతో పనిలేకుండా, కేవలం నీ పంతం కోసం నా ప్రాణాన్ని నాకు దూరం చేస్తావా?"

స్వేచ్ఛ మాటలకు మండపం ఒక్కసారిగా నిశ్శబ్దమైపోయింది. జనం అంతా బావ వైపు, స్వేచ్ఛ అమ్మ వైపు తిరిగి నిలదీయడం మొదలుపెట్టారు.

ఊరి పెద్దలు: "ఏమ్మా.. పిల్ల ఇష్టం లేకుండా ఇలాంటి బలవంతపు పెళ్లిళ్లు ఏంటి? అసలు కుర్రాడు ఎవరో పీటల మీద ఉన్నవాడి కాలర్ పట్టుకున్నాడంటే ఏదో బలమైన కారణం ఉండే ఉంటుంది. పెళ్లి కొడుకు ముఖం ఎందుకు అలా పాలిపోయింది?"

బావకి చెమటలు పట్టాయి. ప్రేమ్ తన ప్రాణాలను తెగించి ఆ వాగు దాటి వస్తాడని వాడు ఊహించలేదు. ఏం సమాధానం చెప్పాలో తెలియక నీళ్లు నములుతున్నాడు. అటు అమ్మ కూడా తల దించుకుంది.

సమాధానం చెప్పలేక, తన తప్పు బయటపడుతుందనే టెన్షన్ వాళ్ల ముఖాల్లో స్పష్టంగా కనిపిస్తోంది.

స్వేచ్ఛ (బావ వైపు చూస్తూ): "బావా! నీ అహంకారం కోసం మా మధ్య దూరాన్ని పెంచాలనుకున్నావు కదా.. ఇప్పుడు చెప్పు, అందరి ముందు సమాధానం చెప్పు. నీ దగ్గర ఆన్సర్ లేదు.. ఎందుకంటే నీ దగ్గర ఉన్నది కేవలం స్వార్థం మాత్రమే!"

బావ చిన్నబోయిన ముఖంతో నెమ్మదిగా వెనక్కి తప్పుకోవడానికి ప్రయత్నిస్తున్నాడు. అందరి చూపులు నిలదీస్తుంటే వాడు అక్కడ నిలబడలేకపోతున్నాడు.\

బలవంతపు బంధం బానిసత్వం లాంటిది, స్వచ్ఛమైన ప్రేమే నిజమైన స్వేచ్ఛ!" అందరూ నిలదీస్తుంటే బావకి దిక్కుతోచలేదు. వెంటనే ముఖంలో దైన్యం నటిస్తూ..

బావ: "నేను నా స్వార్థం కోసం చేయడం లేదు. స్వేచ్ఛ నా భార్య కావాలనేది మా మామగారి (స్వేచ్ఛ తండ్రి) చివరి కోరిక. చనిపోయే ముందు ఆయన నా చేతిలో చెయ్యి వేసి అడిగారు. ఆ మాట నిలబెట్టుకోవడం నా తప్పా?"

ఆ మాట వినగానే జనం ఒక్క నిమిషం ఆగిపోయారు. కానీ ప్రేమ్ కళ్ళలో కోపం తగ్గలేదు. జనం నుండి ఒక పెద్దాయన ముందుకు వచ్చి గర్జించాడు.

పెద్దాయన: "కోరిక తండ్రిది కావచ్చు.. కానీ పెళ్లి చేసుకునేది ఆడపిల్ల కదా! తండ్రి ఇష్టమని ఒక ఆడపిల్ల మెడలో ఆమెకు ఇష్టం లేకుండా బలవంతంగా తాళి కట్టడం ఏ రకమైన ధర్మం? ఇది కోరిక కాదు బాబూ.. ఇది అరాచకం!"

అంతే, అక్కడున్న జనం ఒక్కసారిగా బావ మీద విరుచుకుపడ్డారు.

"తండ్రి పేరు చెప్పి ఇంత నీచానికి ఒడిగడతావా?", "నీ అహంకారం కోసం ఒక ఆడ పిల్లను బలి చేస్తావా?" అంటూ తిట్టడం మొదలుపెట్టారు. కోపంతో కొందరు యువకులు ముందుకు వచ్చి బావ మీద చేయి ఎత్తడానికి కూడా వెనుకాడలేదు. బావ ముఖంలో గెలుపు నవ్వు పోయి.. ప్రాణ భయం మొదలైంది.

స్వేచ్ఛ వాళ్ల అమ్మకి అప్పుడు అర్థమైంది.. తను చేస్తున్నది ధర్మం కాదు, తన బిడ్డ ప్రాణం తీసే పని అని!

**"పెళ్లి అంటే రెండు మనసుల కలయిక.. ఒకరి కోరిక తీర్చే ఒప్పందం కాదు.**

తండ్రి గౌరవం ఆడపిల్ల సంతోషంలో ఉంటుంది కానీ, ఆమెను కన్నీళ్ల పాలు చేయడంలో కాదు!"

బావ "మామగారి కోరిక" అని సెంటిమెంట్ పండించాలని చూస్తుంటే, స్వేచ్ఛ కళ్లలో నీళ్లను తుడుచుకుని సింహంలా ముందుకు వచ్చింది.

స్వేచ్ఛ (గట్టిగా): "ఆపండి! చనిపోయిన మా నాన్న పేరు చెప్పి ఆయన్ని దోషిగా నిలబెట్టకు బావా. మా నాన్న ఎప్పుడూ నా ఇష్టానికే ప్రాణం ఇచ్చారు. నా ఇష్టం లేకుండా ఆయన ఏ రోజూ ఏ పనీ చేయలేదు. అసలు మా నాన్న నీకు చెప్పింది. ఏంటి.. నువ్వు ఈ ఊరి ముందు, మా అమ్మ ముందు ఆడుతున్న నాటకం ఏంటి?

అక్కడున్న జనం అంతా ఆశ్చర్యంగా వింటున్నారు. స్వేచ్ఛ నేరుగా బావ జేబులో ఉన్న ఫోన్ వైపు చేయి చూపించింది.

స్వేచ్ఛ: "అమ్మా.. వీడు చెప్పేవన్నీ పచ్చి అబద్ధాలు. కావాలంటే ఇప్పుడే వీడి ఫోన్ తీసుకుని చూడండి. నాన్నతో వీడు మాట్లాడిన వీడియోలు కానీ, నాన్న అసలు కోరిక ఏంటో చెప్పే ఆధారాలు కానీ అందులోనే ఉంటాయి. వీడు ఆ వీడియోలను ఎడిట్ చేసి మీకు తప్పుగా చూపించాడు. ఫోన్ తీయ్ బావా.. నీ దగ్గర నిజం ఉంటే ఫోన్ ఇవ్వడానికి ఎందుకు వణికిపోతున్నావు?"

ఫోన్ ఇవ్వడానికి వణికిపోతూ వెనక్కి అడుగులు వేస్తున్నాడు. జనం అతన్ని చుట్టుముట్టారు. "అంత నిజాయితీ ఉంటే ఫోన్ ఇవ్వడానికి భయం ఎందుకురా?" అంటూ జనం అతన్ని నిలదీస్తున్నారు.

ప్రేమ్ ఒక్క అడుగు ముందుకు వేసి బావ కళ్లలోకి చూశాడు. ఆ చూపులో బావకి తన ఓటమి స్పష్టంగా కనిపించింది.

బావ ఫోన్ ఇవ్వడానికి నిరాకరిస్తూ వెనక్కి వెళ్తుంటే, ప్రేమ్ ఒక్క ఉదుటున ముందుకు దూకి వాడి చేతిలోని ఫోన్ను లాక్కున్నాడు. బావ మనుషులు అడ్డుకోబోయారు కానీ, ప్రేమ్ కళ్లలోని ఆవేశం చూసి వెనకడుగు వేశారు.

ప్రేమ్ ఫోన్ ఓపెన్ చేసి, అందులో ఉన్న ఒరిజినల్ వీడియోను ప్లే చేసి అందరికి చూపించాడు. అందులో స్వేచ్ఛ తండ్రి స్పష్టంగా చెబుతున్నారు: "నా బిడ్డ సంతోషమే నాకు ముఖ్యం.. తను ఎవరిని ఇష్టపడితే వాడికే ఇచ్చి పెళ్లి చేయి" అని. కానీ బావ ఆ మాటలను కట్ చేసి, తనకు అనుకూలంగా మార్చుకున్నాడని అందరికీ అర్థమైపోయింది.

ప్రేమ్: "చూశారా అమ్మా! కన్న తండ్రి మాటలనే మార్చేసి, మీ అందరినీ మోసం చేశాడు వీడు. వీడికి కావలసింది స్వేచ్ఛ కాదు.. ఆమె ద్వారా వచ్చే ఆస్తి, అంతే!.

అప్పటివరకు నిశ్శబ్దంగా ఉన్న జనం ఒక్కసారిగా విరుచుకుపడ్డారు. ఊరి పెద్దాయన ఒకరు ముందుకు వచ్చి.. "ఛీ! నీలాంటి వాడు ఈ ఊర్లోనే ఉండకూడదురా అని గట్టిగా ఒక్కటి కొట్టారు. వెంటనే మరికొందరు కలిసి అతన్ని మండపం నుంచి మెడపట్టి లాక్కొచ్చి బయటికి తోసేశారు. బావ అవమానంతో, భయంతో తల దించుకుని అక్కడి నుండి పారిపోయాడు.

మండపంలో నిశ్శబ్దం అలుముకుంది. బావను బయటికి తోసేసిన తర్వాత, అందరి చూపులు స్వేచ్ఛ అమ్మ వైపు తిరిగాయి. ఆమె చేతులు వణుకుతున్నాయి, కళ్లలో అపరాధ భావం. కన్నీళ్ళ సుడులు తిరుగుతున్నాయి . మెల్లగా తడబడే అడుగులతో ప్రేమ్ దగ్గరికి నడిచి వచ్చింది.

అమ్మ (కన్నీళ్లతో): " ప్రేమ్.. నన్ను క్షమించమని అడగడానికి కూడా నాకు నోరు రావడం లేదురా. కన్నబిడ్డ మనసు కంటే, ఎవరో ఆడిన నాటకాన్నే నిజమని నమ్మాను. నీ మీద నిందలు వేస్తుంటే మౌనంగా చూశాను. కానీ నువ్వు మాత్రం.. నీ ప్రాణాలకు తెగించి, ఆ వాగును దాటుకుని వచ్చి నా బిడ్డ జీవితాన్ని, మా ఇంటి గౌరవాన్ని కాపాడావురా."

ఆమె స్వేచ్ఛ వైపు తిరిగి, బిడ్డ తల నిమిరింది.

అమ్మ: "స్వేచ్ఛా.. నన్ను క్షమించు తల్లి. నీ కళ్లలో ఉన్న ప్రేమను చూడలేక, నీ తండ్రి పేరు చెప్పి నిన్ను బలి ఇవ్వాలనుకున్నాను. అమ్మనై ఉండి కూడా నీ కన్నీళ్ల వెనుక ఉన్న ఆవేదనను అర్థం చేసుకోలేకపోయాను."

ప్రేమ్ వెంటనే అమ్మ చేతులు పట్టుకుని.. "అమ్మా, అలా అనకండి. మీరు మీ బిడ్డ భవిష్యత్తు కోసమే తాపత్రయపడ్డారు . అది తప్పు కాదు. ఇప్పుడు నిజం తెలిసింది కదా, అదే చాలు" అన్నాడు.

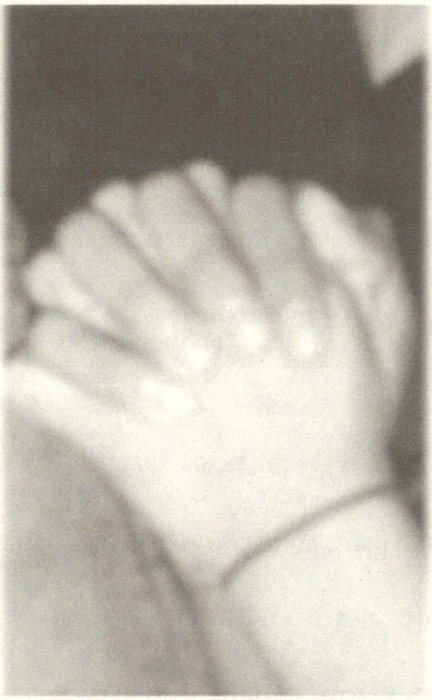

స్వేచ్ఛ పరిణయం

మండపంలో మంగళ వాయిద్యాలు మళ్ళీ మొదలయ్యాయి. ఈసారి ఆ శబ్దంలో భయం లేదు, కేవలం విజయోత్సాహం ఉంది. అమ్మ స్వయంగా దగ్గరుండి ప్రేమ్, స్వేచ్ఛలను పెళ్లి పీటల మీద కూర్చోబెట్టింది.

ప్రేమ్ ఒంటిపై ఉన్న గాయాలు అతను చేసిన యుద్ధానికి సాక్ష్యాలుగా నిలిచాయి. స్వేచ్ఛ తన తల వంచుకుని, కన్నీళ్ల వెనుక దాగున్న చిరునవ్వుతో ప్రేమ్ పక్కన కూర్చుంది. పంతులు గారు మంత్రాలు చదువుతుండగా, సుముహూర్తాన ప్రేమ్ స్వేచ్ఛ మెడలో మూడు ముళ్లు వేశాడు. ఆకాశం నుండి అకాల వర్షం చినుకులు కురుస్తుంటే, ప్రకృతి కూడా ఈ జంటను ఆశీర్వదిస్తున్నట్లు అనిపించింది.

ప్రేమ్ (మెల్లగా): "చూశావా స్వేచ్ఛా.. నువ్వు నా పక్కన ఉంటే ఈ ప్రపంచాన్నే గెలుస్తానన్న నా నమ్మకం ఈరోజు నిజమైంది."

స్వేచ్ఛ (ప్రేమ్ కళ్ళలోకి చూస్తూ): " నీ ప్రాణం నా కోసం ప్రాణాలకు తెగించి వస్తుందని నాకు తెలుసు ప్రేమ్. మనల్ని ఏ శక్తి విడదీయలేదు."

ఊరి జనం అందరూ అక్షింతలు వేసి ఆ నూతన వధూవరులను దీవించారు. ఒక అబద్ధం వెయ్యి ముసుగులు వేసుకున్నా, నిజమైన ప్రేమ ముందు అది తలవంచక తప్పదని ఆ ఊరు సాక్షిగా నిరూపితమైంది.

ప్రేమ అంటే కేవలం కలవడమే కాదు.. ఎన్ని కష్టాలు ఎదురైనా కడదాకా తోడుండటం.

కన్నవారి దీవెన, మనసులోని నిజాయితీ తోడైతే.. ఏ ప్రవాహమైనా ప్రేమ ముందు చిన్నబోవాల్సిందే! స్వేచ్ఛ తన ప్రేమ్ ని చేరుకుంది.. అపజయమే లేని ప్రేమగా వారి కథ నిలిచిపోయింది."

అగ్ని సాక్షిగా ఏడు అడుగులు వేసి ప్రేమ్, స్వేచ్ఛలు ఒకటయ్యారు. ఆ అందమైన జంటను చూస్తుంటే, ఒక యుద్ధం గెలిచిన వీరుల్లా అనిపించారు.

మండపం నుండి బయటికి వస్తుంటే.. గాలిలో ఒక రకమైన స్వచ్ఛత. అప్పటివరకు గర్జించిన ఆ వాగు ఇప్పుడు శాంతంగా ప్రవహిస్తోంది.

ఇంకా అందరూ కలిసి ఇంటికి చేరుకున్నారు స్వేచ్ఛ వాళ్ళ అమ్మ అనగా ప్రేమ్ వాళ్ళ అత్తగారూ వారిద్దరినీ గుమ్మం దగ్గర ఆపి, దిష్టి తీసి లోపలికి ఆహ్వానించింది.

స్వేచ్ఛ: "ప్రేమ్.. మన కథ ఇక్కడితో ముగిసిందా?"

ప్రేమ్ (చిరునవ్వుతో): "లేదు స్వేచ్ఛా.. పోరాటం ముగిసింది, మన ప్రయాణం ఇప్పుడే మొదలైంది. ఇకపై మన జీవితంలో భయానికి చోటు లేదు, కేవలం మన 'స్వేచ్ఛ'కు మాత్రమే చోటు ఉంటుంది."

అమ్మ కళ్లలో ఆనంద బాష్పాలు చూస్తుంటే.. ప్రేమ్ సాధించిన విజయం కేవలం స్వేచ్ఛను గెలవడం మాత్రమే కాదు, ఒక తల్లి మనసులోని నమ్మకాన్ని కూడా గెలవడం అని అర్థమైంది. చీకటిని చీల్చుకుంటూ వచ్చే సూర్యోదయంలా, వారి జీవితం సరికొత్త వెలుగులతో నిండిపోయింది.

"మనుషులు దూరమైనా మౌనం మిగిలిపోతుంది, కానీ మనసుల మధ్య దూరం తగ్గినప్పుడు ఆ మౌనం కూడా ఒక అందమైన పాటలా మారుతుంది.

ప్రేమ్ వాళ్ళ అత్తగారి వైపు చూస్తున్నప్పుడు, ఆమె కళ్లలో కనిపించిన ఆ వెలుగు.. అతను ఇన్నాళ్లు పడ్డ శ్రమకి దక్కిన అసలైన గౌరవం అని చాలా ఆనందపడతాడు.

స్వేచ్ఛ వేసిన ప్రతి అడుగులోనూ ప్రేమ్ గెలుపు దాగి ఉంది.

జీవితం అంటే కేవలం కలిసి బ్రతకడం మాత్రమే కాదు. ఒకరి ఆశల్ని మరొకరు గౌరవిస్తూ, ఒకరి బాధని మరొకరు పంచుకుంటూ సాగే అంతులేని ప్రయాణం. ఆ ప్రయాణంలో ఎదురయ్యే ముళ్లు కూడా పువ్వుల్లా అనిపిస్తాయి జీవితం సుఖంగా మరియు ఆనందంగా ఉంటుంది .తోడుగా ఉండే మనిషి మీద నమ్మకం ఉంటే! అమ్మ చేతులు వాళ్లిద్దరి చేతుల మీద పడ్డప్పుడు, ఆ స్పర్శలో ఒక గొప్ప భరోసా ఉంది. 'బాధ్యతల్ని మోయడం నేర్చుకున్నప్పుడే, ప్రేమకి ఒక అర్థం దొరుకుతుంది' అని ఆ క్షణం ప్రేమ్ కి అర్థమైంది. ప్రపంచం అనే విజయగాథ వెనుక, కళ్లకి కనిపించని ఎన్నో త్యాగాలు ఉంటాయని ఆ నిశ్శబ్దం చాటి చెబుతోంది."

నిజమైన ప్రేమకు మరణం ఉండదు.. అది కాలంతో కలిసి ప్రవహిస్తుంది, కష్టాలను ఎదురించి నిలుస్తుంది. ప్రేమ్-స్వేచ్ఛల ప్రేమ కథ.. నిరంతరం వినిపించే ఒక విజయగాథ!

శుభం

ఈ కథ ఇక్కడితో ముగిసి ఉండవచ్చు, కానీ దీని వెనుక ఉన్న మన ప్రయాణం నా జీవితంలో ఎప్పటికీ అత్యంత పవిత్రమైనది.

నేను అలసిపోయినప్పుడల్లా 'నువ్వు రాయగలవు అని, నాకంటే ఎక్కువగా నన్ను నమ్మి, నా ప్రతి ఆలోచనకూ ఊపిరి పోసిన నా చిన్నుకి మాత్రమే ఈ చివరి పేజీ సొంతం.

ఈ '7వ అడుగు' కేవలం నా కల మాత్రమే కాదు.. నాపై నువ్వు చూపించిన అచంచలమైన నమ్మకానికి నేను నీకు ఇచ్చే ఒక చిన్న కానుక. నువ్వు నా పక్కన లేకుంటే ఈ పుస్తకం ఎప్పటికీ పూర్తి అయ్యేది కాదు!

పుస్తకంలోని పేజీలు అయిపోయాయి.. కథ కూడా ముగిసింది. కానీ నీపై నాకున్న ప్రేమ, ఈ నవల రాయడంలో నువ్వు నాకు అందించిన సపోర్ట్ ఎప్పటికీ ముగిసిపోనివి.

నా ప్రతి అక్షరానికి వెనుక ఉన్న స్ఫూర్తి నువ్వే. నా కలలను నీ కలలుగా మార్చుకుని, ఈ 7వ అడుగు' ప్రయాణంలో నన్ను నడిపించినందుకు థాంక్స్ . ఈ పుస్తకం చివరి పేజీ తిప్పిన ప్రతి ఒక్కరికీ మన ప్రేమ తాలూకు పరిమళం ఎప్పటికీ గుర్తుండిపోతుంది

ఈ కథలో అక్షర దోషాలు లేదా చిన్న చిన్న పొరపాట్లు ఉంటే సహృదయంతో క్షమిస్తారని ఆశిస్తున్నాను. అక్షరం కంటే భావానికి, పంతం కంటే ప్రేమకు విలువనిస్తూ సాగిన ఈ ప్రయాణంలో నన్ను ప్రోత్సహించిన ప్రతి ఒక్కరికీ ధన్యవాదాలు. ప్రేమ్ మరియు స్వేచ్ఛల ప్రేమ మీ గుండెల్లో చిరస్థాయిగా నిలిచిపోతుందని ఆశిస్తూ.

....కుష్వంత్ ముతికే

Thanks for supporting in this book my friends

Venkata Sai

Santhosh Kumar Reddy

Anil chilamakuru

www.ingramcontent.com/pod-product-compliance
Lightning Source LLC
LaVergne TN
LVHW090333210926
848480LV00004B/1399